మృణాళినీ దేవి

రవీంద్రనాథ్ ఠాకుర్ సహధర్మచారిణి

(1873-1902)

హిందీ

డా. శకుంతల మిశ్ర

అనువాదం

డా.పి. మాణిక్యాంబ "మణి"

All rights reserved.

No part of this publication may be reproduced, stored in or introduced into a retrieval system, or transmitted, in any form by any means may it be electronically, mechanical, optical, chemical, manual, photocopying, or recording without prior written permission of the Publisher/ Author.

మృణాళినీ దేవి
రవీంద్రనాథ్ ఠాగూర్ సహధర్మచారిణి
Mrinalini Devi (Ravindranath ki Sahdharmacharini)

డా. శకుంతల మిశ్ర (హిందీ)

అనువాదం: డా. పి. మాణిక్యాంబ 'మణి'

Copy Right: డా. పి. మాణిక్యాంబ 'మణి'

ISBN (Paperback)**:** 978-81-974475-3-2

First Edition: Feb,2025

Published By: Kasturi Vijayam

Print On Demand

Ph:0091-9515054998
Email: Kasturivijayam@gmail.com

Book Available
@
Amazon (WorldWide), flipkart

বিশ্বভারতী
विश्वभारती
VISVA-BHARATI

संस्थापक : रवींद्रनाथ ठाकुर
Founder : Rabindranath Tagore

आचार्य : श्री नरेंद्र मोदी
ACHARYA (CHANCELLOR)
SHRI NARENDRA MODI

उपाचार्य (भारप्राप्त)
प्रोफेसर विनय कुमार सरेन
VICE-CHANCELLOR (OFFG.)
PROFESSOR BINOY KUMAR SAREN

ADH/ 10

Date: 22.01.2025

Prof. P. Manikyamba "Mani" Head,
Dept of Hindi (Retd)
Osmania University
Hyderabad, Telangana

Dear Madam,

Happy New Year Greetings from Visva-Bharati Granthana Vibhaga.

We would like to inform you that the Competent Authority of Visva-Bharati has agreed to your proposal of translation work. The book titled "Mrinalini Devi" was previously published in Hindi language by Visva-Bharati Granthana Vibhaga in April 2010. Now the book may be published in Telugu language.

Regards,

Sudip Basu
(Professor Sudip Basu)
Director (Officiating)
Visva-Bharati
Granthana Vibhaga
Kolkata
परिचालक (ग्रन्थनविभाग, विश्वभारती)
পরিচালক (গ্রন্থনবিভাগ, বিশ্বভারতী)
Director (Publishing Dept. Visva-Bharati)

Kolkata Office: Visva-Bharati Granthana Vibhaga, 6 Acharya Jagadish Chandra Bose Road, Kolkata 700017, West Bengal, India

शांतिनिकेतन, पश्चिम बंगाल, भारत – 731235
SANTINIKETAN, WEST BENGAL, INDIA – 731235
Website: www.visva-bharati.ac.in

Table of Contents

ముందు మాట i

నివేదన iv

భూమిక vi

రవీంద్రనాథ్ ఠాకుర్

ఉత్తరాలు 1

సంస్మరణ 73

మృణాళినీ దేవి శతజయంతి సందర్భంగా

ప్రచురించిన స్మృతి వ్యాసాల సంకలనం నుంచి

మృణాళినీ దేవి 119

మాతృస్మృతి 134

కవిప్రియ 141

ముందు మాట

మృణాళినీ దేవి (1873-1902) విశ్వకవి రవీంద్రనాథ్ ఠాకుర్ సహధర్మచారిణి. రవీంద్రనాథ్, విశ్వభారతి, శాంతినికేతన్ గురించి అంతో - ఇంతో అందరికీ పరిచయమే. రవీంద్రనాథ్ భార్య పేరు మృణాళినీదేవి అని కొందరికి మాత్రమే తెలుసు. అంతకు మించి ఎవరికీ తెలియదు. విశ్వభారతి, హిందీ శాఖ, ఆచార్యులు డా. రామేశ్వర మిశ్ర సంపాదకత్వంలో డా. శకుంతల మిశ్ర అనువదించిన హిందీ పుస్తకం "మృణాళినీ దేవి" చదివాను. ఆమె తన అతి సంక్షిప్త జీవిత యాత్రలో ప్రేమ, మమతానురాగాలు, సహానుభూతి, సహాయం - అందరికీ పంచిన తీరు చూస్తే ఆశ్చర్యం కలుగుతుంది. ఆమె ఉదాత్త వ్యక్తిత్వం నన్ను ప్రభావితం చేసింది. తెలుగులో అనువాదం చేయాలని సంకల్పం చేసుకున్నాను. అది పూర్తి చేసిన ఈరోజు నాకు చాలా సంతృప్తిగా ఉంది.

అతి సామాన్య కుటుంబంలో పుట్టి గ్రామీణ వాతావరణంలో పెరిగిన "భవతారిణి", రవీంద్రనాథ్ తో వివాహబంధం కారణంగా కలకత్తాలో పేరు గాంచిన ఠాకుర్ వంశంలో కోడలుగా అడుగు పెట్టింది. తర్వాత రవీంద్రునితో "మృణాళిని" గా తాదాత్మ్యతతో జీవిత యాత్ర మొదలు పెడుతుంది. ఆమె స్నేహశీలి. గృహిణిగా అంత చిన్నవయసులోనే కుటుంబంలో అందరినీ ఆప్యాయతతో ఆదరిస్తూ వాళ్ళ మన్ననలు పొందింది. ఆమె మనసులో భర్త యెడల ప్రేమానురాగాలతో పాటు, ఆయన ఆదర్శాలు, ఆశయాల పట్ల కూడా అమితమైన గౌరవం. భర్త కర్మపథం లో సుఖ-దుఃఖాలను పంచుకుంటూ శాంతినికేతన్ లో ఆదర్శ విద్యాలయ స్థాపన గురించి తన నగలను ఇచ్చిన సహధర్మచారిణి మృణాళిని. పందొమ్మిది సంవత్సరాల వైవాహిక జీవితంలో భర్తకు

అత్యంత ప్రేమాస్పదురాలై, గృహస్థ జీవితంలో అనేక ఆటుపోటులను ఎదుర్కొంటున్న సమయంలో కేవలం ఇరువయి తొమ్మిది సంవత్సరాల వయసులో స్వర్గస్థురాలయింది, ఈ పుస్తకంలో రవీంద్రనాథ్ తన భార్యకు రాసిన ఆంతరంగిక ఉత్తరాలు, ఆమె స్మృతిలో రాసిన కవితలు, ఆమె గురించి కొందరు

రాసిన సంస్మరణ వ్యాసాల ద్వారా మృణాళినీదేవి జీవితంతో పాటు సమగ్ర వ్యక్తిత్వం సంపూర్ణంగా ప్రస్ఫుటమవుతుంది.

చిన్నతనంలో మా అమ్మగారు నాకు రవీంద్రుని రూపం చిత్రపటం లా వర్ణించి చెప్పారు. చిలకమర్తి లక్ష్మీనరసింహం గారు (మా పెదతాత గారు) తన స్వీయచరిత్రలో పిఠాపురం ఆస్థానంకు కవీంద్రుడు రవీంద్రుడు విచ్చేసిన సందర్భంలో 'ప్రార్థన' విషయం పై సంభాషణ జరిగినట్లు రాసారు. భారతీయ సాహిత్యంలో శ్రీ రవీంద్రనాథ్ ఠాకూర్ స్థానం అందరికీ తెలిసినదే. రవీంద్రుని భార్య గురించి తెలుసుకోవాలని కొంత కుతూహలం ఉండేది. అనుకోకుండా ఈ మధ్య నేను శాంతినికేతన్ వెళ్ళినప్పుడు ప్రొ. శకుంతలా మిశ్ర 'మృణాళినీ దేవి' పుస్తకం నా చేతిలో పెట్టారు. బెంగాలీ భాషలో ఉన్న ఈ సాహిత్యాన్ని వారి భర్త ప్రొఫెసర్ రామేశ్వర్ మిశ్ర సంకలనం చేస్తే వాటిని ప్రొ. శకుంతలా మిశ్ర గారు అనువాదం చేసారు. వీరిద్దరూ విశ్వభారతి. శాంతినికేతన్, లో హిందీ శాఖలో ఆచార్యులు, ఈ దంపతులు నాకు ఆత్మీయులు.

"మృణాళినీ దేవి" అనువాదం చేసే సందర్భంలో "స్మరణ" బెంగాలీ భాషలో ఉన్న పుస్తకం నా గురించి కలకత్తా నుంచి తెప్పించి, దానిని హిందీ లిపిలో రాసి, నాకు ఎంతో సహకరించిని నా స్నేహితురాలు శ్రీమతి సుప్రియ చక్రవర్తికి ప్రత్యేక కృతజ్ఞతలు. ఇది హిందీలో ప్రచురించటానికి అనుమతించిన విశ్వభారతి విశ్వవిద్యాలయం, శాంతినికేతన్ కు ధన్యవాదాలు. ఈ సందర్భం గా గ్రంథన విభాగం డైరెక్టర్ ప్రొఫెసర్ సుదీప్ బసు గారికి

హృదయ పూర్వక కృతజ్ఞతలు. దీనిని చక్కగా డి.టి. పి చేసిన డా॥ సూర్యకుమారికి, ప్రచురిస్తున్న కస్తూరి విజయం సంస్థ ప్రకాశకులు శ్రీ సుధీర్ రెడ్డి, ఆత్మీయ కృతజ్ఞతలు. ఈ అనువాదం ప్రజాదరణ పొందుతుందని ఆశిస్తూ,

ప్రొఫెసర్ మాణిక్యాంబ 'మణి'

అధ్యక్షులు -విశ్రాంతాచార్యులు

హిందీ శాఖ, ఉస్మానియా విశ్వవిద్యలయం

హైదరాబాద్

***

నివేదన

మృణాళినీ దేవి (1873-1902) రవీంద్రనాథ్ ఠాకూర్ సహధర్మచారిణి. ఆమె గురించి ఆమె ఆత్మీయులు, సంబంధీకులు రాసిన సంస్మరణ సాహిత్యం ద్వారా ఆమె వ్యక్తిత్వం, స్వభావం, దాంపత్య జీవితం గురించి తెలుస్తుంది. దీనితోపాటు మృణాళినీదేవికి రవీంద్రుడు రాసిన ఉత్తరాల ద్వారా వారి దాంపత్య జీవితంలోని ఒడిదుడుకులు, సుఖదుఃఖాలు వెల్లడవుతాయి. భార్య స్వర్గస్తురాలైన తర్వాత ఆమె స్మృతులలో రాసిన కవితలు అన్నీ "స్మరణ" అనే శీర్షికతో సంకలనం బంగ్లాభాషలో ప్రచురించడం జరిగింది. ప్రస్తుతం ఈ పుస్తకంలో మృణాళినీదేవికి రవీంద్రుడు రాసిన ఉత్తరాలు, "స్మరణ" కవితా సంకలనంలోని కవితలు, మూడు సంస్మరణాత్మక వ్యాసాల హిందీ అనువాదం పొందుపరచడం జరిగింది. మొదటి వ్యాసం బెంగాలీ భాషలో రచయిత హరిచరణ వందోపాధ్యాయ రాసినది. ఆయన రవీంద్రనాథ్ సన్నిహిత స్నేహితుడు. ఆయన శాంతినికేతన్ ఆశ్రమంలో ఇది వరకు పనిచేసిన ఉపాధ్యాయుడుకూడా. రెండవ వ్యాసం మృణాళినీ- రవీంద్రనాథ్ ల జ్యేష్ఠ పుత్రుడు రథీంద్రనాథ్ ఠాకుర్, మూడవ వ్యాసం వారి కుటుంబానికి అత్యంత సన్నిహితురాలైన ఊర్మిళాదేవి రాసారు. ఈ ఉత్తరాలు, సంస్మరణ కవితలు ఇంతవరకు హిందీలోకి అనువదించబడలేదు. ముస్షీ అజమేరి 'స్మరణ' కవితలను వ్రజభాషలోకి అనువదించారు. చిరగాంవ్ (ఝాన్సీ)లో దానిని ప్రచురించారు. ఈ ఉత్తరాలలో, కవితలలో, ఈ సంస్మరణాత్మక వ్యాసాలలో రవీంద్రనాథ్, మృణాలళినీదేవీల కుటుంబ జీవితం యొక్క సంపూర్ణ చిత్రం ప్రతిబింబిస్తుంది. మృణాలళినీదేవి శతజయంతి సందర్భంగా విశ్వభారతి

ద్వారా ఒక సంకలనం ప్రచురింపబడింది. సంస్మరణాత్మక వ్యాసాలు ఆ సంకలనం నుండి తీసుకున్నాము. రవీంద్రనాథ్ 150వ జయంతి సందర్భంలో ఆయన సహధర్మచారిణి మృణాళినీదేవికి సంబంధించిన ఈ గ్రంథం ప్రచురిస్తున్నందుకు చాలా ఆనందంగా ఉంది.

విశ్వభారతి, హిందీభవన్, ఆచార్యులు, రామేశ్వర మిశ్ర, దీని సంపాదకులు. హిందీ భవనంలో ఆచార్యులైన శ్రీమతి శకుంతల మిశ్ర దీనిని హిందీలోకి అనువదించారు. బాంగ్లా భాషా విభాగం, ఆచార్యులు శ్రీమతి ఆలాపయీ రాయ్ దీని భూమిక రాయటానికి మా కోరికను మన్నించారు. రవీంద్రభవన్, విశ్వభారతి సిబ్బంది శ్రీ ఆశీష్ హజరా, శ్రీతపన్ కుమార్ బసాక్ శ్రీ సమీర్ నందీలు దీని ప్రచురణకు సహకరించారు. వీళ్ళందరియెడల మా కృతజ్ఞతలు తెలియజేస్తున్నాము.

కుంకుమ్ భట్టాచార్య

అధ్యక్షులు,

విశ్వభారతి, గ్రంథన విభాగం

శాంతినికేతన్

భూమిక

రవీంద్రనాథ్ తన భార్య మరణం (23 నవంబరు 1902) తర్వాత కొద్ది రోజులకే తన అంతరంగ మిత్రునికి ఇలా రాసారు - "తన జీవిత కాలంలో నిత్యం నాకు అవలంబనంగా ఉన్న ఆమె, మృత్యువు తర్వాత కూడ నా మిగిలిన జీవితానికి కూడ సార్థకత- సాఫల్యం చేకూరుస్తుంది. ఆమె మంగళమయ స్మృతి నా సమస్త కళ్యాణ కార్యక్రమాలలో నిత్యం సహకరిస్తూ నాకు శక్తినిస్తూ అండగా ఉంటుంది..."

వాళ్ళ దాంపత్య జీవితం కేవలం 19 సంవత్సరాలు మాత్రమే. ఖులనా జిల్లా దక్షిణ డీహీ, ఫూల్ తలా ıగ్రామనివాసి వేణీ మాధవ రాయ చౌధురీ – దాక్షాయణీదేవీల కుమార్తె భవతారిణీ దేవితో 1883 డిసెంబర్ 9 వ తేదీన వివాహం జరిగింది. వివాహమహోత్సవం ఆనవాయితీ ప్రకారం వధువు పితృగృహములో కాకుండా జోడాసాంకోలోని మహర్షి దేవేంద్రనాథ్ (రవీంద్రుని తండ్రి) భవనంలో జరిగింది. చాల మంది ఆ వివాహ దృశ్యాన్ని తమ సంస్మరణలలో చాలా అందంగా వర్ణించారు. అప్పుడు రవీంద్రుని వయసు 22 సంవత్సరాలు. నవవధువు భవతారిణీ దేవి పేరును మృణాళినీ దేవిగా కొత్త పేరు ఇవ్వటం జరిగింది, బహుశా 'రవి' పేరుతో తాదాత్మ్యత గురించి అయి ఉండవచ్చు.

పితృ గృహంలో ఊళ్ళో ఆమెకు చిన్న క్లాసుల తర్వాత చదువుకునే అవకాశం దొరక లేదు. మహర్షి దేవేంద్రనాథ్ ఆజ్ఞానుసారంగా కలకత్తాలోని టోరంటో హౌవుస్ లో ఇంగ్లీషు అభ్యసించటానికి ఏర్పాటు జరిగింది, అక్కడ మృణాళిని ఒక సంవత్సరం చదువుకుంది. రవీంద్రుని కోరిక మేరకు 'ఆది బ్రహ్మసమాజ్' అధ్యాపకులు పండిత్ హేమ చంద్ర విద్యారత్న గారి దగ్గర ఆమె సంస్కృతం నేర్చుకుంది. సాహిత్య అధ్యయనంలో మృణాళినికి రవీంద్రుని అన్న కుమారుడు బలేంద్రనాథ్ సహాయం పుష్కలంగా దొరికింది. కవీంద్రుని కుమారుడు రథీంద్రనాథ్ ఈ సందర్భంలో రాసారు-

“చిన్న వయసు నుంచే బలూ దాదా (అన్న) కు సాహిత్యం పట్ల ఎక్కువ మక్కువ. సంస్కృత, బాంగ్లా, ఇంగ్లీషు భాషలలో ఏ పుస్తకం చదివినా ఆయనకు పిన్నిగారికి (మృణాళినీ దేవి) చదివి వినిపించనదే, తోచేదికాదు. బలూ దాదా ద్వారా విని-విని ఈ మూడు భాషల సాహిత్యంతో అమ్మకు బాగా పరిచయం అయింది.” రవీంద్రుని ప్రేరణతో మృణాళినీ దేవి అనేక “లోక కథ” లను సంకలనం చేసింది. “క్షీరేర్ పూతుల్” అనే కథను (బంగ్లా కథ) ను ఈ సంకలనం నుంచే తీసుకున్నట్లు అవనీంద్ర నాథ్ స్వయంగా చెప్పారు.

ఠాకూర్ బాడీ లోని సాంస్కృతిక కార్యక్రమాలలో ఆమె తన Contribution ఇచ్చారు. ‘సభా సమితి’, ‘శిల్ప. మేళా’లలో కార్యకారిణీ సమితులలో ఆమె ఎంపిక అయిన సభ్యురాలు. సత్యేంద్రనాథ్ ఇంట్లో జరిగిన ‘రాజా-ఓ-రానీ’ అనే రవీంద్రుని నాటక ప్రదర్శనలో ఆమె ‘నారాయణి పాత్ర పోషించి, తన సహజ నటనతో అందరి మన్ననలు పొందారని విన్నాము.

మృణాళినీ దేవి ముఖ్య ఆకర్షణ కేంద్రం తన కుటుంబం. వంట చేయటంలోని సహజ నైపుణ్యంతో, ఈ విషయాలలో ప్రత్యేక శ్రద్ధ వహిస్తూ కుటుంబ సభ్యులు, బంధు వర్గంలను సంతోషపరిచేది. అంతే కాక ఖ్యాతి చెందిన ఠాకూర్ బృహద్ కుటుంబంలో యోగ్యురాలైన కోడలుగా కూడ ప్రత్యేక స్థానం సంపాదించింది. తన వ్యక్తిత్వ మాధుర్యంతో, స్నిగ్ధ స్వభావంతో అందరితో ప్రేమతో వ్యవహరించడం ఆమె ప్రత్యేకత.

ఈ సహజ స్నేహం, ఔదార్యం ఇంటి పరిసరాలను దాటి శాంతినికేతన్ ఆశ్రమ బృహద్ కుటుంబం వరకూ కూడ ప్రసరించింది. 1901 డిసెంబర్ లో తపోవన ఆదర్శాలతో రవీంద్రుడు స్థాపించిన ఆశ్రమ విద్యాలయ విద్యార్థులు ఆమెకు సంతానంతో సమానం. చిన్న కొడుకు శమీంద్రనాథ్ తో చదువుకున్న అతని స్నేహితుడు రాసిన కావ్యాలు – “శమీ యొక్క తల్లి గారు మా అమ్మగారు మాత్రమే కాదు, ఆమెను శాంతినికేతన్ ఆశ్రమానికి "అధిష్ఠాత్రీ దేవి" గా మేము అందరూ భావిస్తాము.

విద్యాలయాన్ని సాపించిన ప్రారంభ దశలో కవిగారు ఆర్థిక ఇబ్బందులతో ఋణగ్రస్తులయినప్పుడు మృణాళిని ఆశ్రమం గురించి తన బహు మూల్య ఆభరణాలు దానంగా ఇచ్చాను. భర్త అభిరుచికి అనుకూలంగా అలంకారాలు ధరించడం ఇది వరకే మానేసినా, అవసరమైనప్పుడు వాటి ద్వారా విద్యాలయానికి ఆర్థిక వనరులు సమకూర్చింది. ఈ నిర్ణయాల వలన కుటుంబ సభ్యులు వ్యంగ బాణాలు ఆమెను ఏమీ చేయలేకపోయి. జోడాసాంకో సుఖమయ వాతావరణాన్ని స్వేచ్ఛగా వదిలి శాంతినికేతన్ లోని సీమిత వసతుల జీవితాన్ని సునాయసంగా స్వీకరించారు. కవికి అత్యంత "ప్రియమైన ఆశ్రమ విద్యాలయాన్ని ఆమె కూడ తన సహజ సంపత్తిగా భావించేది. తన సన్నిహిత స్నేహితురాలని ఆహ్వానిస్తూ "నా ఆశ్రమాన్ని ఒక సారి చూడటానికి రా" అని రాసింది.

చాలా రోజుల తర్వాత ఒక వ్యక్తిగత సంభాషణలో రవీంద్ర నాథ్ ఇలా అన్నారు – "ఈ విశ్వభారతిని నేను ఎంతో కష్టపడి నిర్మించాను నేను లేనప్పుడు దీని విలువ ఉంటుందా? దీని వెనుక నేను పడిన శ్రమ ఎవరికీ తెలియదు. ఆరోజుల్లో ఎన్ని కష్టాలు పడ్డాము, చిన్న కోడలు (మృణాళిని) ఆభరాణలు కూడ తీసుకోవలసి వచ్చింది. శాంతినికేతన్ పనుల్లో నాకు ఎంతో చేదోడు-వాదోడుగా ఉండాలని ఆమె (మృణాళిని) కోరుకుంది. నేను ఈ విద్యాలయం స్థాపించాలని ఆమె కూడ మనసారా కోరుకుంది, కాని ఏమయింది? కొన్ని రోజుల తర్వాత ఆమె తీవ్ర అస్వస్థతకు గురి అయింది".

ఆశ్రమ విద్యాలయాన్ని మొదలు పెట్టిన ఒక సంవత్సరం కాక ముందే 29 సం॥ వయసు లో మృణాళిని దేవి స్వర్గస్తురాలైంది. అనుభవజ్ఞులైన వైద్యులు ప్రయత్నం, భర్త నిర్విరామ సేవ, కొడుకులు - కూతుళ్ళ నలుగురి ప్రేమ - ఏ ఆకర్షణ ఆమెను మృత్యువు బారినుండి తప్పించ లేక పోయాయి. చాలా సంవత్సరాలు అయిపోయిన తర్వాత కూడ ఆమెను స్మరిస్తూ తీవ్రమైన ఆవేదనతో ఇలా అన్నారు – "నేను నా విద్యార్థులకు అన్నీ ఇవ్వగలను. మాతృ ప్రేమను ఇవ్వలేను కదా! రథీ వాళ్ళ అమ్మ ఈ విషయంలో నన్ను

నిస్సహాయుడిని చేసి వెళ్ళి పోయింది."

ప్రతిభా సంపన్నుడైన రవీంద్రనాథ్ లాంటి వ్యక్తికి భార్యగా మృణాళినీ దేవి యోగ్యత విషయంలో కొందరికి సందేహం ఉండేది. ఈ విషయంలో ఒక నిర్ణయానికి రావటం అసంభవం. వాళ్ళిద్దరి ఆత్మీయబంధంలో ఇలాంటి ప్రశ్నలకు తావు లేనిది. తన అంతరంగ మిత్రునితో రవీంద్రనాథ్ ఇలా అన్నారు – "చనిపోయిన తర్వాత ఆ మనిషి, జీవించి వున్న ప్రేమాస్పదులకు దూరమై ఎక్కడో మాయమైతాడు అంటే నాకు నమ్మకం కుదరదు. నన్ను వదిలి ఆమె వెళ్ళి పోయి ఇన్ని రోజులు అయి పోయినా, నేను ఏదైనా సమస్యను తీర్చడానికి ఒక్కడినే నిర్ణయం తీసుకోవటం. వీలులేనప్పుడు, ఆమె వచ్చి సమస్యను సమాధాన పరుస్తుందని అనిపిస్తుంది". మానవ సంబంధాలలో ప్రగాఢత అనుభవం ఇంతకంటే ఎక్కువ ఎక్కడ ఉంటుంది.

రవీంద్రనాథ్ మృణాళానీల దాంపత్య జీవితం పరస్పర అనుబంధం, ఆయన భార్యకు రాసిన ఉత్తరాలలో కొంత వ్యక్తమవుతుంది. ఈ ఉత్తరాలను మృణాళినీ దేవి జాగ్రత్తగా దాచి ఉంచింది. ఆమె చనిపోయిన తర్వాత రవీంద్రునికి దొరికాయి. ఈ 36 ఉత్తరాలు విశ్వభారతి ద్వారా ప్రచురింపబడినాయి.

ఈ లోకంలో లేని భార్యను స్మరించి రవీంద్రుడు రాసిన స్మరణలో ప్రచురించిన 27 కవితలు అవి. ఈ కవితలు శిల్పంలో, కళాత్మకతలో ఏ విధమైన అలంకరణ లేకపోవటం చూసి తర్వాత తరం పాఠకులు ఆశ్చర్యపోవచ్చు. ఈ కవితల సంకలనం "స్మరణ" కవి యొక్క వ్యక్తిగత ప్రేమానుభూతుల, ఆవేశంతో శోక వ్యాకుల హృదయంలో పెల్లుబికిన భావాల అభివ్యక్తి అని మనం గుర్తుంచుకోవాలి. ఆమెకు రాసిన ఉత్తరాలలాగానే వీటిలో కూడ ఏకాంత ప్రేమపూరిత అకృత్రిమ స్వరం, అంతరంగ అభివ్యక్తి, తన ప్రేమాస్పద స్మృతి సంభాషణ ప్రతిభాసితం అవుతుంది.

శ్రీమతి ఆలాపనా రాయ్

***

మృణాళినీ దేవి

రవీంద్రనాథ్ ఠాకుర్ సహధర్మచారిణి

భవతారిణీ దేవి

ప్రొఫెసర్ మాణిక్యాంబ 'మణి'

ఉత్తరాలు
రవీంద్రనాథ్ ఠాకుర్

(1)

ఛోటో బవు

నేను కోపగించగానే ఉత్తరానికి జాబు వచ్చేసింది. మంచి వాళ్ళ రోజులు కావు. బతిమాలితే జనాలు వేషాలు వేస్తారు. కాని కాస్త కోప్పడితే నీరు కారిపోతారు. దీన్నే బాంగాల్ అంటారు. చిన్నపిల్లలను కూడా 'బాంగాల్' చేసేసారు. ఈరోజు ఇప్పటివరకూ కొంతమంది కూర్చుని ఉన్నారు. నీ ఉత్తరం వచ్చినప్పుడు వాళ్లతో మాట్లాడుతున్నాను, ఉత్తరం తెరవలేక పోయాను. అక్కడ నుంచి లేవలేక పోయాను కూడా. ప్లీడర్లు, స్కూలు మాస్టర్ల దళాలు వచ్చాయి. నా పుస్తకాలు స్కూళ్లలో పెట్టించమని అడిగాను, కానీ పుస్తకాలే నాకు ఇంకా అందలేదు. ఈరోజు కూడా పుస్తకాలు రాలేదు. నువ్వు కూడా నన్ను భలే ఇరుకులో పెట్టేసావు. నా దగ్గర ఉన్న "రాజర్షి" ప్రతులను కూడా ఇన్ స్పెక్టర్ కి ఇచ్చేసారు. స్వర్ణదీదీ (రవీంద్రుని సోదరి స్వర్ణలత) గల్ప-సల్ప కూడా ఇచ్చేసావు. ఇన్ స్పెక్టర్ గొంతు బాగాలేదు. అతనికి హోమియోపతి మందు ఇచ్చాను. దానితో తగ్గవచ్చు-గొంతు బాధ తగ్గకపోయినా అతని మనస్సైతే శాంత బడుతుంది. చూడు! కూర్చుని-కూర్చుని ధనోపార్జనకు ఎన్ని ఉపాయాలు, ప్రయత్నాలు చేస్తున్నానో. ప్రొద్దున లేవగానే పుస్తకం రాయాటానికి కూర్చొన్నాను. ఆలోచించు ఎంత ధన లాభం ఉంటుందో! ముద్రణ పూర్తి ఖర్చులు రాకపోయినా పదో పరకో దొరుకుతాయిలే. ఇలాగే నిరంతర శ్రమ తోనే డబ్బు దొరుకుతుంది. మీకు ఖర్చు చేయడమే తెలుసు- ఒక పైసా ఇంట్లోకి తేగలవా! సామాను బరహోంపుర్ (బరంపురం) పంపానని కుంజ్ రాసాడు. అక్కడ

నుంచి బహుశా రేపు వస్తుంది! సాహెబ్ గారు ఎల్లుండి వెళతారు. ఆరోజు మనకు ఎంత శుభదినమో కదా! ఎంత ఆనందం! మా సాహెబ్ వస్తారు. మా మేమ్ సాహెబ్ కూడా వస్తుంది. మనింట్లో భోజనం చేస్తారేమో- వాళ్ళకి సమయం లేదని కూడా చెప్పవచ్చు. నా అదృష్టం. వాళ్ళకి సమయం లేకుండా ఉంటే బాగుంటుందని కోరుకుంటున్నాను. కానీ భోజనం అంటే వాళ్లు సమయం లేదని అనరు అనుకుంటున్నాను. నా పేరు చెప్పి బేలాకి రెండు లడ్డూలు తినిపించు. నేను లేకపోవడం వలన పాపం దానికి రకరకాలు తినేందుకు దొరకడం లేదు కదా! మున్నాకి కూడా నేను జ్ఞాపకం వచ్చేట్లు చేయి.

చిన్నవాడు నా ఫోటో చూసి గుర్తు పడుతున్నాడని తెలిసి నాకు చాలా ఆనందం కలిగింది.

శ్రీ రవీంద్రనాథ్ ఠాకూర్

సాహెబ్ జాద్ పూర్

1890

---

[1] బాంగాల్: తూర్పు బెంగాల్, ఘటీ = పశ్చిమబెంగాల్

ఛోటే బవూ! బెంగాల్లో...భార్యను ఇలా సంబోధించడం పరిపాటి హిందీలో ఛోటీ బహూ అని పిలవడం పరిపాటి (రెండింటి కి "చిన్న కోడలు" అని అర్థం)

(2)

ఛోటో బవు!

ఈరోజు మేము ఎడెన్ అనే ప్రాంతానికి చేరుతాము. చాలా రోజుల తర్వాత నేల చూడగలుగుతాము. కాని అక్కడ దిగలేము. ఏదైనా అంటువ్యాధి తగులుతుందని భయం. ఎడెన్ వెళ్ళాక, అక్కడ ఇంకొక ఓడ ఎక్కాలి, ఈ పని చికాగ్గా ఉంటుంది. ఈసారి సముద్ర ప్రయాణంలో నా అనారోగ్యం గురించి ఏం చెప్పను- మూడు రోజుల వరకు నోట్లో ఏం పెట్టుకున్నా వాంతి అయిపోయేది- కళ్ళు తిరిగేవి- పడక నుంచి లేవలేదు- ఎలా బయటపడ్డానో అని ఆలోచిస్తూ ఉంటాను. ఆదివారం రాత్రి శరీరం నుంచి నా ఆత్మ మీ దగ్గరకు వెళ్లిపోయింది -అని అనిపించింది. ఒక పెద్ద మంచం మీద నువ్వు నిద్రపోతున్నావు. నీ పక్కన బేలా, మున్నా పడుకొని ఉన్నారు. నీ దగ్గరకు వచ్చి కాస్త ప్రేమకలాపం తర్వాత నీతో ఇలా అన్నాను, ఛోటో బవు! నువ్వు జ్ఞాపకం ఉంచుకో- ఈరోజు ఆదివారం రాత్రి నేను నా శరీరం నుంచి బయటకు వచ్చి నిన్ను కలిసాను- నేను విదేశాల నుంచి వచ్చి నిన్ను అడుగుతా- “నీవు నన్ను చూడగలిగావా?” అని.

..... తర్వాత బేలా, మున్నాలను ముద్దు పెట్టుకుని తిరిగి వచ్చేసాను. నాకు బాగా లేనప్పుడు మీరు నన్ను తలుచుకున్నారా? మీ దగ్గరకు వచ్చేయాలని నా మనస్సు ఆరాట పడుతోంది. ఈ మధ్య ఇంటిని మించిన చోటు ఎక్కడా లేదని అనే అనిపిస్తుంది. ఈసారి తిరిగి వచ్చాక ఎక్కడికీ వెళ్ళను. ఒక వారం తర్వాత ఈ రోజే స్నానం చేసాను. కాని స్నానం చేసి కూడా ఏమి బాగా అనిపించలేదు- సముద్రం ఉప్పునీరు స్నానం చేసాక

శరీరమంతా మళ్లీ చిటపటలాడి పోతుంది- తల వెంట్రుకలు కూడా అతుక్కుని చిక్కు పడిపోతాయి. బాగా అనిపించదు. ఓడలో ఉన్నన్ని రోజులు స్నానం చేయొద్దని అనుకుంటున్నాను. యూరప్ చేరటానికి ఇంకా వారం రోజులు ఉంది. అక్కడికి వెళ్లాకే నేల మీద కాలు పెట్టాక ప్రాణం లేచి వస్తుంది. ఇలా పగలు రాత్రి సముద్రం మీద ఇప్పుడు బాగా అనిపించడం లేదు. ఈమధ్య కొద్ది రోజులుగా సముద్రం ప్రశాంతంగానే ఉంది- ఓడ అంతగా ఊగిసలాడటం లేదు- శరీరం కూడా ఆరోగ్యంగానే ఉంది- పగలంతా ఓడపైన డెక్/ Deck మీద పడక కుర్చీలో కూర్చుని లోకేన్ తో మాట్లాడుతూ ఉంటాను- ఆలోచిస్తూ ఉంటాను. లేకపోతే పుస్తకం చదువుతూ ఉంటాను.

రాత్రి కూడా ఓడపైనే పడక వేసుకొని పడుకుంటాను. వీలయినంతవరకూ గదిలోకి వెళ్ళను. గదిలోకి వెళ్ళగానే ఏదోలా ఉంటుంది.

నిన్న రాత్రి ఉన్నట్లుండి పెద్ద వర్షం కురిసింది. వాన చినుకులు పడని చోటుకి పడక లాక్కోవలసి వచ్చింది. అప్పటి నుండీ వర్షం పడుతూనే ఉంది. నిన్న కాస్త ఎండ వచ్చింది. మా ఓడలో ఇద్దరు ముగ్గురు చిన్న పాపలు ఉన్నారు. వాళ్ళ అమ్మ చనిపోయిందట. తండ్రితో విదేశాలకు వెళుతున్నారు. పాపం ఆ పిల్లలను చూసి చాలా జాలి అనిపిస్తుంది. వాళ్ల నాన్న వాళ్లని తీసుకునే తిరుగుతూ ఉంటాడు పాపం- సరిగ్గా బట్టలు వేయలేక పోతాడు, ఎలా వేయాలో తెలియదు. ఆ పిల్లలు వర్షంలో ఆడుతూ ఉంటారు. తండ్రి వద్దంటే- మాకు వర్షంలో తడవడం ఇష్టం అని సమాధానం చెప్తారు- చిన్నగా నవ్వుతాడు. పిల్లలు సరదాగా ఆడుకుంటూ ఉంటే ఆపలేడు అనుకుంటా. వాళ్లను చూసి మన పిల్లలు జ్ఞాపకం వస్తారు. నిన్న రాత్రి బేలాని కలలో చూసాను. స్టీమరు లోకి వచ్చిందనిపించింది- ఎంత అందంగా ఉందో చెప్పలేను. తిరిగి వచ్చేటప్పుడు పిల్లలకు ఏమి ఏమి తేవాలి? ఈ ఉత్తరం అందిన వెంటనే జాబు రాస్తే నేను ఇంగ్లాండులో ఉండగానే అందుతుంది.

<u>మృణాళినీ దేవి</u>

మంగళవారం విదేశాలకు ఉత్తరాలు పంపే రోజు, గుర్తుపెట్టుకో. పిల్లలకు నా వైపు నుంచి చాలా ముద్దులు పెట్టుకో.

రవీంద్రనాథ్

శుక్రవారం 29 ఆగస్టు 1890

(3)

ఛోటో గిన్ని!

మొన్న నీకు ఒక ఉత్తరం పంపాను - ఈరోజు మళ్లీ రాస్తున్నాను - బహుశా రెండు ఉత్తరాలు ఒకటేసారి అందుతాయి- మంచిదే కదా! రేపు మేము నేలమీద దిగుతాము - అందుకే ఈరోజు నీకు మళ్ళీ ఉత్తరం రాస్తున్నాను. ఇక ఇంగ్లాండ్ చేరాకే నీకు ఉత్తరం రాయటానికి వీలవుతుంది. ఈ ప్రయాణం హడావుడిలో మళ్ళీ వారం ఉత్తరం అందకపోతే ఏమి అనుకోకూడదు. ఓడలో ఉత్తరం రాయటానికి కష్టం లేదు, కానీ దిగాక అటు - ఇటు వెళుతూ ఉంటాను. ఎప్పుడు, ఎక్కడ ఉంటానో తెలియదు - అలాంటప్పుడు ఒకటి-రెండు ఉత్తరాలు రాయలేకపోవచ్చు కూడా. ఒక రకంగా మేము మొన్నే యూరప్ చేరిపోయాము. మధ్య మధ్యలో యూరప్ ప్రాంతం కనిపించింది. ద్వీపం చాలా దగ్గరగానే కనిపించింది. కొన్ని కొండలు, మధ్య-మధ్య ఇళ్లు ఒకచోట పెద్ద నగరమే ఉంది- దూరబీన్ (Bynocular)తో అక్కడి ఇళ్లు స్పష్టంగా చూడగలిగాను- సముద్రం అంచులలో ఒడ్డు పైన నీలం కొండల మీద తెల్లని రంగులలో నగరం కనిపించంది. గిన్నీ! నీకు చూడాలని అనిపించిందా!

నీకు తెలుసా- నువ్వు కూడా ఒక రోజు ఈ మార్గంలో రావాలి. ఇలా ఆలోచిస్తే నీకు సంతోషంగా లేదా! నువ్వు కలలో కూడా అనుకోని ఎన్నో నువ్వు చూస్తావు. ఒకటి రెండు రోజుల నుండి చలి వేస్తుంది. మరీ ఎక్కువ కాదు కాని డెక్ / Deck పై కూర్చున్నప్పుడు బాగా చలి వేస్తుంది. అప్పుడు కొద్ది-కొద్దిగా చలి అనిపిస్తుంది. వెచ్చని బట్టలు, కోటు అవీ

వేసుకోవడం మొదలుపెట్టాను. ఈమధ్య డెక్ పైన పడుకోవడం మానేసాను. ఓడ డెక్ మీద పడుకోవటం వలన లొకేన్ కండరాలు వాచిపోయాయి. చాలా కష్టం పడ్డాడు. ఇక్కడ చలి తక్కువే, మన డార్జిలింగ్ అంతే ఉంటుంది. ఇంకా తక్కువేనేమో. తిరిగి వచ్చేటప్పుడు ఎక్కువ అవుతుందేమో. నేను చాలా అవసరమైన బట్టలు అవీ వదిన గారి ద్వారా నీ దగ్గరకు పంపించాను. అన్ని వచ్చాయి కదా! దొరకకపోతే అడుగు. లేకపోతే లక్ష్మీ చేతులలో పడితే అన్నీ వదినగారి అలమారలోకి వెళ్ళిపోతాయి. బేలా బిటియాకి ఒక మంచి చీర కొని వదిన గారితో పంపించాను. ఈ పాటికి అందే ఉంటుంది. ఆ ఎర్రని చీరలో మన బేలీ చాలా అందంగా కనిపిస్తుంది. వదిన గారు కూడా బేలీకి బహుమానం ఇవ్వాలని ఒక చీర కొన్నారు, నీలం తెలుపు రంగు. అది బేలీ రాణీకి చాలా బాగుంటుంది. కొత్త బట్టలు చూసి బేలీ చాలా సంతోషంగా ఉంటుంది. నన్ను గుర్తు చేసుకుంటుందా! నేను వచ్చేసరికి మున్నా ఎంత మారిపోతాడో కదా! ఇన్ని రోజుల్లో వాడు కొన్ని మాటలు మాట్లాడటం కూడా నేర్చుకుంటాడు. నన్ను గుర్తు పట్టలేడేమో. నేను దొరబాబునై తిరిగి వస్తా. మీరు కూడా గుర్తు పట్టలేరేమో. నా కోసుకున్న వేలు కొంచెం నయంగా ఉంది. చాలా కోసుకుంది. చాలా రోజుల తర్వాత నిన్న, ఈరోజు స్నానం చేసాను. ఎల్లుండి పారిస్ చేరుతాము. అక్కడ స్నానానికి ఏర్పాటు చేసుకోవాలి. అక్కడ Turkish Bath (టర్కిష్ బాత్) అనే ఒక స్నానాల ఏర్పాటు ఉంది. దాంతో స్నానం చేసాక హాయిగా ఉంటుంది. నువ్వు నా 'యూరప్ ప్రవాసీ' అనే వ్యాసంలో దీని గురించి చదివి ఉంటావు. సమయం దొరికితే అక్కడ స్నానం చేద్దామని అనుకుంటున్నాను. ఇప్పుడు నేను బాగానే ఉన్నాను. ఓడలో మూడుసార్లు మంచి ఆహారం తీసుకుని నేను కొంచెం లావు అయిపోయాను. తిరిగి వచ్చి నిన్ను కూడా ఆరోగ్యంగా చూడాలని అనుకుంటున్నాను. ఇంటి బండి అంతా నీ చేతుల్లోనే ఉంది. రోజూ నియమ పూర్వకంగా నడవడానికి వెళ్ళు. ఊరికే అందరికీ అప్పులు ఇవ్వకు. నిన్న రాత్రి డెక్ పై స్టేజ్ మీద అభినయాలు - వేషాలు

అవీ జరిగాయి- ఒక అమ్మాయి బాగా నృత్యం చేసింది. అందుచేత నిన్న రాత్రి నిద్ర పోవటం ఆలస్యం అయ్యింది. ఈరోజు ఓడపై ప్రయాణంలో ఆఖరి రోజు గడుపుతాను

రవీంద్రనాథ్

6, సెప్టెంబర్ – 1890

---

[2] (గిన్నీ = గృహిణి, భార్యను కూడా అలా పిలుస్తుంటారు)

(4).

చోటో బవు!

ఐఫిల్ టవర్ అనే ఒక ఎత్తైన లోహస్తంభం మీద ఎక్కి అక్కడి నుంచి నీకు ఉత్తరం రాస్తున్నాను. ఈరోజు ఉదయం పారిస్ వెళ్లాను. లండన్ చేరి నీకు ఉత్తరం రాస్తాను. ఈరోజుకు ఇంతే. పిల్లలకు ప్రేమతో. ....

రవీంద్రనాథ్

పారిస్-మంగళవారం.
9 సెప్టెంబర్ 1890

(5)

చోటో బవు!

ఈరోజు నేను కాలిగ్రామ్ చేరుకున్నాను. మూడు రోజులు పట్టింది. చాలా చోట్ల నుంచి రావాల్సి వచ్చింది. ముందు ఒక పెద్ద నది- తర్వాత చిన్న నది, దానికి రెండు వైపులా చెట్లు. చాలా అందంగా చూడముచ్చటగా ఉన్నాయి. దాని తర్వాత నది చిన్న పాయలుగా ఒక కాలువలాగా అయిపోయింది. రెండు వైపులా కొండలు - మూసుకుపోయినట్లు అయిపోయింది. తర్వాత ఒకచోట నీటి ప్రవాహం బాగా వేగం అయిపోయింది. 20-25 మంది మా నావను లాగుతూ తీసుకువచ్చారు. తర్వాత నీటిలో పెద్ద లంకలా ఉంది. దానికి ఏదో పేరు ఉంది. దాని ద్వారా కూడా నీళ్లు వచ్చి నదిలో పడతాయి. తర్వాత ఎలాగో ఒకలాగా నావను తోసుకుంటూ అనేక ఆపదలను తప్పించుకుంటూ ఈ లంకకు చేరాము. నాల్గు వైపులా నీళ్ళు, మధ్యలో గడ్డి, చెట్టు, చేమ నిండిన నేల- ఒక పెద్ద మైదానంలో నీళ్లు ఒకచోట చేరినట్లు ఉంది. మధ్య-మధ్యలో నావ నేలతో కొట్టుకుంది. ఒక గంట, గంటన్నర అవస్థలు పడ్డాక నావను నీటిలోకి తీసుకొని వెళ్లగలిగారు. చాలా దోమలు ఉన్నాయి. ఆ లంక నాకు అసలు నచ్చలేదు.

దీని తర్వాత చిన్న-చిన్న జలపాతాలు, నదులు ఉన్నాయి. ఇలా ఆఖరికి ఇక్కడ చేరుకున్నాను. ఈ త్రోవలోనే బరంపురం వెళ్లాలి. వెళ్లాలని మనసులో అనిపించడం లేదు. ఈ నదిలో అసలు ప్రవాహమే లేదు. నాచు పట్టేసింది, మధ్య-మధ్యలో అడవిలా తయారయింది. ఊళ్లో చేరువలో ఎలాంటి వాసన వస్తుందో అలాగే ఉంది ఈ వాసన. రాత్రి బోలెడు దోమలు కూడా వస్తాయి అనుకుంటాను. మరీ భరించలేక పోతే ఇక్కడి

నుండే కలకత్తా పారిపోతాను. నా చిన్నారి బేలూ రాణి ఉత్తరం చూడగానే అప్పుడే వచ్చేద్దామని అనిపించింది. నా గురించి ఆ చిన్ని మనస్సు ఎలా ఉందో! నేను తనకి రకరకాల జాములు (Jams), అవీ తీసుకుని వస్తాను అని చెప్పు. నిన్న రాత్రి మున్నా కలలోకి వచ్చాడు. వాణ్ణి వడిలోకి తీసుకొని ఆడిస్తున్నానట. చాలా బాగా అనిపించింది. వాడు మాటలు అవీ ఏమైనా నేర్చుకున్నాడా? వాడి వయస్సులో బేలా మాట్లాడేదని నాకు అనిపిస్తుంది. మీ దగ్గర చలి లేదా, ఉందా? ఇక్కడ నేను చలిలో వణికి పోతున్నాను, కానీ రాత్రి ఎక్కడో నావ ఆపి పరదాలు వేసేసారు. మూసుకుపోయినట్లు అయి వేడి అనిపించింది. పైగా కొంతమంది రాత్రి పాటలు పాడటం మొదలుపెట్టారు. మెలకువ వచ్చేసింది - "ఇంకా ఎంత సేపు పడుకుంటావు, ప్రాణ ప్రియా ఇక లే" అని పాడుతున్నారు. ప్రాణ ప్రియ దగ్గర ఉంటే కట్టె తీసుకొని కొట్టి పడేసేది.

నావ నడిపేవారు వాళ్లని గద్దిస్తే నోరు మూసుకున్నారు. నా మనస్సులో మాటి-మాటికి పాట ప్రతిధ్వనించింది. "ప్రాణ ప్రియా! లేలే" తలనొప్పి వచ్చింది. పరదాలు జరిపి కిటికీలు తెరిచి పడుకుంటే తెల్లవారు ఝామున కాస్త నిద్రపోయాను. అందుకే ఈ రోజు చాలా నిద్ర వస్తోంది. మీ తమ్ముడు కలకత్తాలో ఎలా ఉన్నాడు. సరిగ్గా చదువుకుంటున్నాడా? ఇంటి ఖర్చుకు ఇచ్చిన డబ్బు ఎంతవరకు వచ్చింది. నేను 15 రోజుల తర్వాతే ఇక్కడ నుంచి కదలగలుగుతాను అనుకుంటా- కానీ ఇంకా ఏమీ నిశ్చయంగా చెప్పలేను.

రవీంద్రనాథ్ ఠాకుర్

కాలిగ్రామ్

డిసెంబర్-1890

(6)

ఛూటీ!

ఈరోజు ఉదయం ఒక పేరు పొందిన జ్యోతిష్యుడు నన్ను కలవడానికి వచ్చాడు. చాలా విసిగించాడు. పొద్దున సమయం అంతా వ్యర్థం అయిపోయింది. చక్కగా తయారయి రాయటానికి కూర్చొన్నాను. అతను ఏదో మాట్లాడుతూనే ఉన్నాడు. ఒక అక్షరం కూడా రాయలేకపోయాను. నా జన్మ లగ్నము, రాశి విని లెక్కపెట్టి అతను ఏమన్నాడో తెలుసా- నేను మంచి అందమయిన వాడిననీ, నేను చామన ఛాయ అనీ, పూర్తిగా స్వచ్ఛ రంగు లేదని- ఇంకా ఏం భవిష్యవాణి చెప్పాడో తెలుసా- నేను సంచయ ప్రవృత్తి కలవాడిని అని, కానీ ధన సంచయం చేయలేననీ, ఖర్చు చాలా పెడతానని, పిసినారి అనిపించుకుంటానని, కొంచెం కోపిష్టినని- అన్నాడు. అప్పుడు నా ముఖ కవళికలను బట్టి అలా అన్నాడు- అనుకుంటాను. నా భార్య చాలా మంచిదని, అన్నదమ్ములతో గొడవలు పడతాను అని, ఎవరికి ఉపకారం నేను చేస్తానో, వాళ్లే నాకు అపకారం చేస్తారని, 60-62 వయస్సు కంటే జీవించనని- ఒకవేళ దాటిన 70 వయస్సు దాటదని- ఇవే ఎన్నో చెప్పాడు. విని నేను చాలా చింతించాను. కానీ ఇవన్నీ విని కంగారు పడకు. ఇంకా 30-40 ఏళ్లు తక్కువ కాకుండా నీతోనే ఉంటాను. ఈ మధ్య ఎక్కడైనా విరామ చిహ్నమా!

నా జీవిత చక్రం ఉంటే అతనికి చూపించేవాడిని. అది ప్రియ బాబు దగ్గర ఉంది. కానీ ఆ జ్యోతిష్యుడు ఇప్పుడు నా సమయం బాగుందని, బృహస్పతి దశలు

<u>మృణాళినీ దేవి</u>

ఫాల్గుణమాసంలో రావడం మంచి దశట. మంచి సమయం అని దేన్ని అంటారో నాకు అర్థం కాలేదు.

సాహజాద్ పూర్   రవీంద్రనాథ్ ఠాకూర్
1891

(7)

ఛూటీ!

నేను సాహజాద్ పుర్ లో గొల్లల దగ్గర నుండి వెతికి నీకు వెన్న, కాచిన నెయ్యి పంపాను. కానీ దాని మాటే రాయలేదు. ఏం కారణమో చెప్తావా? నా కానుకలను నిరంతరంగా తీసుకుంటూ, నీ కృతజ్ఞతా భావం తగ్గిపోతోందని నాకు అనిపిస్తోంది. ప్రతినెలా 15 సేర్ల నెయ్యి నీకు మామూలు అయిపోయింది, మన వివాహం ముందే ఈ విషయంలో ఒడంబడిక అయిపోయినట్లు. నీ భోళా వాళ్ళ అమ్మ మంచం పట్టింది కదా! ఈ నెయ్యి చాలా మందికి ఉపయోగపడుతోందన్నమాట, మంచిదే. దీంట్లో ఇంకో లాభం ఏమిటంటే మంచి నెయ్యి చాటుమాటుగా తింటూ పని వాళ్లు కూడా ఆరోగ్యంగా ఉంటారులే. నా దగ్గర మామిడి పళ్ళు అయిపోయాయి. ఈ సారి రెండు రకాల మామిడి పళ్ళు వచ్చాయి. కొన్ని చాలా బాగున్నాయి. కొన్ని మాగిపోలేదు కాని అంత బాగాలేవు. ఏమయినా వారం రోజులు సరిపోతాయి. నా ఆహారం చూసి ఇక్కడి వాళ్లకి ఆశ్చర్యంగా ఉంది. నేను అన్నం తిననని తెలిసి నేను ఏదో తపస్సు చేస్తున్నాను అనుకుంటున్నారు. గోధుమపిండి రొట్టె అన్నం కంటే నాలుగు రెట్లు మంచిదని వీళ్ళకి ఏ మాత్రం అర్థం కాదు. నన్ను కలవటానికి వచ్చిన వాళ్ళు నా ఆహారం గురించి తెలుసుకొని ఆశ్చర్యపోతారు. నేను అన్నం తిననని ఇక్కడ అంతా ప్రచారం అయిపోయింది. నన్ను చాలా ధార్మికుడని అనుకుంటున్నారు. నా జాతకం ప్రకారం ఏ ప్రయత్నం లేకుండానే కీర్తి, ఇంకా అన్నీ నాకు దొరుకుతాయని అంటారు.

1891, సాహజాద్ పూర్ — రవి

(8).

చోటీ!

ఈ రోజుతో నా ప్రవాసం ఒక నెల అయిపోయింది. పని భారం లేకపోతే నేను వేరే చోట ఒక నెల కాలక్షేపం చేయగలుగుతానని నాకు అనిపిస్తుంది. కానీ తర్వాత మనస్సు ఇంటి వైపు లాగుతుంది. నిన్న సాయంకాలం ఇక్కడ కాస్త తుఫానులా వచ్చింది. తీవ్రమైన గాలి తో చాలాసేపు నిద్రపోలేక పోయాను. మీ దగ్గర కూడా తుఫాను వాతావరణం ఉంది అనుకుంటాను. నిన్నపగలు కూడా ఇక్కడ బాగా వర్షం వచ్చింది. నదిలో నీటి మట్టం పెరిగిపోయింది. పైర్లు నీటిలో మునిగిపోయాయి. ఎటు చూసినా చాలా వరకు నీళ్లే కనిపిస్తున్నాయి. అమ్మాయిలు తమ ఇంటి ముందు ఉన్న నీళ్లతో గిన్నెలు కడుక్కోవడం లాంటి పనులు చేసుకుంటున్నారు. మగవాళ్లు, ఆడవాళ్ళు చాలా పైకి వస్త్రాలు ఎత్తుకొని నడుస్తున్నారు.

వేసవికాలంలో నీటి ఒత్తిడి, వర్షాకాలంలో అంతా దీనికి వ్యతిరేకం. వర్షం ఏర్పడినప్పుడు మన మూడంతస్తుల ఇంటిది ఇంచు-మించు ఇదే పరిస్థితి. వరండాలో నిలిచిన నీళ్లతో స్నానం చేయడం, గిన్నెలు తోముకోవటం లాంటి పనులు చేసుకోవచ్చు. వర్షాకాలంలో నువ్వు ఈ రకంగా పనిచేసావంటే, నీ శ్రమ చాలా తగ్గుతుంది. మేడపైన కాస్త అటు- ఇటు నడుస్తూ ఉన్నావా, కాస్త చెప్పు- మిగతా నియమాల విషయం ఏమిటి, కాస్త చెప్పవా! నాకనిపిస్తుంది- నీవు పడక కుర్చీలో కాళ్లు జాపుకుని కూర్చొని నవల చదువుతూ ఉన్నావు కదా! నీ తల నొప్పి ఎలా ఉంది?

సాహజాద్ పుర్   రవీంద్రనాథ్

1891

(9)

ఛూటీ!

ఈ రోజు భోజనం తర్వాత నీకు నిద్ర మగతతో ఉత్తరం రాస్తున్నాను. అలా జోగుతూనే 'సాధన' పని కూడా అలాగే చేసాను. తర్వాత ఇక్కడే పని చేసే వాళ్ళతో ప్రముఖులు కాగితాల పెద్ద-పెద్ద బండిళ్ళు తీసుకువచ్చి నా ముఖం వైపు చూస్తూ నిల్చుండి పోయారు. అప్పుడు నా నిద్ర మగత, అందమైన కలా రెండు కరిగిపోయాయి. ఒకసారి ఎవరైనా ఈ గీతాన్ని మధుర స్వరం ఆలాపిస్తే ఎంత బాగుంటుంది అని.

కొంచెం రెప్పలు ఎత్తి ఇలా చూడు

నీ కళ్ళలో ఇంత నిద్ర ఎందుకు-

అలా అయితే ఈ గీతాన్ని మాయర్ ఖేలా లో ద్వితీయ సంస్కరణ నుంచి తీసేస్తా. చక్కగా పాడే ఉద్దేశం ఎవరికీ లేదు. వాళ్లలో ఒకళ్ళిద్దరివి అపస్వరాలే. కాని వాళ్లు చెప్పదలుచుకున్న దానికి నిద్రమత్తు- ప్రేమ కథల గురించి కాదు. వాళ్లకు వేతనం పెంచాలి. పిల్ల పాపలు కలవారని దొరగారు తప్పితే ఇంకే ఆసరా లేదని వేడుకున్నారు. వాళ్ల కళ్ళు అశ్రుపూరితాలై కరుణా భావం కలిగించేటట్లు ఉన్నాయి. చాలామందికి ఇళ్ళు వేలం వరకూ పరిస్థితి వచ్చింది. ఇదంతా నాటకంలోని గీతాలు అనలేం కాని- వాళ్ళ కమల నయనాల్లో తొణికిసలాడే కన్నీళ్లను చూసి కవిలో కవిత్వం, గాయకుడిలో పాట, వాదకుని వాద్య యంత్రాలు ధ్వనిస్తాయి. దర్శకులు, శ్రోతలు, పాఠకుల హృదయాలు కన్నీటిలో మునిగిపోతాయి. ఈ ప్రపంచమే అంత. సముద్రం ఒడ్డున సముద్ర తరంగాలపై కవిత రాస్తూ ఉంటే, భూమి ఎకరాలు, మాగాణిల ధ్యాస ఉండదు. అప్పుడు, అనంత సముద్రం, అనంత తీరం ఈ అక్షరాలలో ఇమిడి ఉంటుంది. కాని ఈ సముద్రతీరంలో

ఇల్లు కట్టాలనుకుంటే- ఇంజనీరు- కాంట్రాక్టర్ అసిస్టెంట్ సలహాలు, అప్పు, 12% వడ్డీ- తర్వాత కూడా కవి పత్నికి నచ్చకపోతే- నష్టమే అనిపిస్తుంది. భర్త మస్తిష్క ఆరోగ్యం మీద సందేహం కలుగుతంది. కవిత్వమూ- వ్యవహార జ్ఞానం రెండింటి మధ్య సమతౌల్యం చేయలేకపోతున్నాను. కవిత్వానికి ఒక పైసా ఖర్చు లేదు (స్వయంగా ముద్రించాలని అనుకుంటే తప్ప) కాని సంసారంలో అడుగు అడుగుకీ ఖర్చులే. ఇలా నేను ఆలోచిస్తున్నా, కాలువ నుంచి వీళ్లు నావ లాగుతున్నారు.

ఆకాశంపై నీలమైన మేఘాలు దట్టంగా మూసుకొని వచ్చాయి- చల్లని గాలి - ఇంచు-మించుగా సూర్యాస్తమయం అయిపోయింది. జోడసాంకో మిద్దె మీద నేను శాలువా కప్పుకొని పడక కుర్చీలో కూర్చుంటే- మధ్య-మధ్యలో నీవు తెచ్చి ఇచ్చే వేడి- వేడి పకోడీలు గుర్తుకి వస్తున్నాయి. పకోడీలు-వకోడీలు కాదు కాని రాత్రికి సరైన భోజనమే గగనం. గఫూర్ మియాన్ నావ వెనకాల చిన్న పొయ్యి మీద ఏదో వండుతున్నాడు. మధ్యలో ఏదో నెయ్యితో వేయిస్తున్న వాసన. ముక్కుకి మంచి భోజనం వాసన. ఇంతట్లో వాన వస్తే ఇంతే సంగతులు.

శుక్రవారం- 1892 రవీంద్రనాథ్ ఠాకూర్

---

[3] "సాధన" రవీంద్రుని సంపాదకత్వంలో వచ్చిన పత్రిక

(10)

ఛూటీ

బరంపురం నుంచి పేశ్ కార్ అక్కడ ఘటిక్ మజూమ్ దార్ కేసులో ప్రతివాది వాదన విస్తారంగా రాసిన ఉత్తరం అందకపోతే నేను పోస్టుమాన్ రాలేదు అనుకునేవాణ్ణి. మీకు అసలు కృతజ్ఞత లేదు. మీకు ఉత్తరం అందడం ఆలస్యం కాకూడదని ఒక రోజే ఉత్తరం మీద ఉత్తరం రాస్తూ ఉంటాను. కాని నా ఉత్తరానికి జాబు వచ్చే వరకూ నేను కూడా రాయకూడదని ఇప్పుడే నిర్ణయించుకున్నాను. నేను వరుసగా రాస్తూ ఉంటే మీకు అలవాటయి పోయి మనస్సులో అసలు కృతజ్ఞత అనిపించదు. నువ్వు ఒక వారంలో నియమపూర్వకంగా రెండు ఉత్తరాలు రాసినా నాకు చాలా బహుమానం అనుకుంటాను. ఈమధ్య నాకు తెలిసిపోయింది- నా ఉత్తరాలకు అసలు విలువ లేదని. రెండు పంక్తులు ఉత్తరం రాద్దామని నీకు ఏమాత్రం అనిపించడం లేదా. రోజూ ఉత్తరం రాస్తే నీవు సంతోష పడతావని అనుకున్నాను. నేనే అమాయకుడిని, నాకే బుద్ధి లేదు. రాయకపోతే బాధపడతావని అనుకున్నాను. ఆ భగవంతుడికే తెలియాలి. ఇదంతా నా అహంకారం, నా భ్రమ. దీనిని ఇప్పుడు ఇక వదిలేయాలి. ఈ సాయంత్రం వేళ అలసిపోయి ఇలా రాస్తున్నాను కానీ రేపు పశ్చాత్తాప పడవచ్చు. ఈ ప్రపంచంలో ఎదుట వాళ్ళు తప్పులకు వాళ్లని దూషించడం కన్న మన కర్తవ్యం మనం చేస్తూ పోవటం మంచిదనిపిస్తుంది. కాని కాస్త అవకాశం దొరికితే చాలు ఇతరుల దోషాలపై చికాకు పడటం నా స్వభావం అయిపోయింది. నీ అదృష్టం- జీవితాంతం నువ్వు భరించాలి. అందరి ముందు దూషిస్తూ ఉంటాను, కాని లోలోపల పశ్చాత్తాప పడుతుంటాను. ఎవరికీ తెలియదు.

శిలాయిదహ్ రవి

నవ వధువు మృణాళినీ దేవి —— రవీంద్రనాథ్

రవీంద్రనాథ్, మృణాళిని, ప్రథమ సంతానం మాధురీలత 1886

(11)

ఛూటీ

నిన్నటి నుండి ఇక్కడ వాతావరణం మారిపోయింది. గాలి విపరీతంగా ఉంది, మేఘాలు నాలుగు వైపులా, వర్షం వస్తోంది. జ్యోతిష్యులు 27 జూన్ అంటే రేపు ప్రళయం లాంటి తుఫాను ఉంది-అని చెప్పారు. నెమ్మదిగా నమ్మకం కుదురుతోంది. మూడో అంతస్థు నుండి దిగి రెండో అంతస్తులో ఉండండి. కాని నా ఈ ఉత్తరం మీకు ఎల్లుండి కాని అందదు. ఇంతట్లో రేపే తుఫాను వస్తే నా సలహా ఏమీ ఉపయోగపడదు. తుఫాను-మీరే ఆలోచించుకుని క్రిందకు రావాలి కదా! కానీలే, ఇప్పుడు భగవంతుని మీద భారం వేయడం తప్ప మార్గం లేదు. నిన్న నీ ఉత్తరం చదివి మనసు ఉదాసీనంగా అయిపోయింది. అన్ని పరిస్థితులలో దృఢంగా సహజమైన ఋజుమార్గంలో నడిచినప్పుడు వేరే వాళ్ళ ఆచరణల వల్ల మనస్సు అశాంత పరచుకునే అవసరం లేదు. కొంచెం ప్రయత్నం చేసి మనస్సును అలా తయారు చేసుకోవచ్చు. ఒంటరిగా కూర్చుని నేను ఇదే సంకల్పం చేసుకున్నాను. నేను నా ప్రయత్నం చేస్తాను- నా కర్తవ్యాలని చేస్తూ ఉంటాను. తర్వాత ఎవరు ఏమన్నా ఏమాత్రం బాధపడను. ఎంతవరకూ అలా చేయగలుగుతానో తెలియదు. ప్రతిరోజు నిర్విరామంగా మన పనులన్నీ మన చేతులతో పూర్తి చేసుకున్నప్పుడు మన మీద కాని ఇతరుల మీదగాని అసంతృప్తి కలగదు. అన్ని పరిస్థితులలోనూ, ఉత్సాహంగా, సంతృప్తితో రోజూ పని చేసుకుంటూ సమయాన్ని గడపవచ్చు. ఏదో కారణంగా అసంతృప్తి అనిపించినా దాని గురించి ఎక్కువ ఆలోచించకూడదు. దాని మీద దృష్టి పెట్టకూడదు. దానిని అధిగమించడానికి వీలైనంత ప్రయత్నం తప్పక చేస్తాం. కాని దాని ఫలితం సరిగ్గా లేనప్పుడు కూడ, ఈశ్వర

అనుగ్రహాన్ని ఆలోచిస్తూ దృఢమైన మనస్సుతో స్వీకరించడానికి ప్రయత్నం చేయాలి. ఈ ప్రపంచంలో నిజమైన సంతోషాన్ని పొందడానికి ఇంతకంటే ఏ మార్గం లేదు. నేను కూడా సియాల్ దహ్ లో ఇల్లు కట్టించమని నీతూకి చెప్పాలనుకున్నాను. నేను తిరిగి అక్కడకు వచ్చినప్పుడు ఈ విషయంలో నిర్ణయం తీసుకుందాము. నీ పుస్తకాల లిస్టులో ఇద్దరి పుస్తకాలు లేవు. రాజా రామ మోహన్ రాయ్, మంత్రి అభిషేక్, మొదట పుస్తకం సమాజంలో దొరుకుతుంది. రెండోది మూడో అంతస్తులో ఉన్న పుస్తకాలలోనే దొరుకుతుంది. పదరత్నావళి కూడా నువ్వు ఇవ్వవచ్చు.

సాహజాద్ పూర్   రవీంద్రనాథ్

ఆదివారం, 26 జూన్ 1892

---

[4] బ్రాహ్మ సమాజం = బ్రాహ్మణ సమాజం

పదరత్నావళి = రవీంద్రుడు సంపాదకత్వం లో ప్రచురించిన వైష్ణవ పదావళి.

(12)

ఛూటీ

రెప్పపాటులో మృత్యువు నుంచి తప్పించుకున్నాను. నౌకతో పాటు నా ఈ దేహ నౌక కూడా మునిగిపోయేది. ఈరోజు ఉదయం తెరచాప ఎత్తేసి కదులుతోంది- గౌరాలు బ్రిడ్జ్ దగ్గర మా నావ ఎక్కడో చిక్కుకుంది. భయంకరమైన పరిస్థితి- ఒకవైపు నీటి ప్రవాహం నావని తోసేస్తుంది. ఇరుసు బ్రిడ్జిలో ఇరుక్కుంది, చప్పుడు చేసుకుంటూ కదలడంతో సర్వనాశనం అయిపోయేదే- అనుకోకుండా ఇంకో నావ వచ్చింది. నన్ను అపాయం నుండి తప్పించారు. నావ తాళ్లు పట్టుకుని నావ నడిపేవాళ్ళు నీళ్లలో దూకేసి- ఒడ్డుకు వెళ్లాక త్రాళ్ళతో నావను ఒడ్డుకు లాగటం మొదలుపెట్టారు. అదృష్టం కొద్దీ ఇంకో నావ వచ్చింది. ఒడ్డు మీద కూడా చాలామంది జనం ఉండటం వలన మేము బ్రతికి బయటపడ్డాం. లేకపోతే అపాయం నుండి తప్పించుకోవడం కష్టం/తప్పించుకునే ఉపాయమే లేదు. బ్రిడ్జ్ క్రింద జల ప్రవాహం ఎక్కువగా ఉంది. నేను ఈదగలిగే వాడినో లేదో కానీ నావ అయితే మునిగి పోయేది. ఈసారి యాత్రలో రెండు-మూడుసార్లు ఇలాంటి ఆపద వచ్చింది. నావ నడిపే వాళ్ళు ఈసారి యాత్ర మంచి ఘడియలలో మొదలు కాలేదని అంటున్నారు. ఫూల్ చంద్ ఎలా బతికి బయటపడ్డాడో- ఇప్పుడు మేఘాలు దట్టంగా ఉన్నాయి. నదీ ప్రవాహం బాగా అనిపిస్తోంది. చాలా మనోహర దృశ్యం, చూడటానికి ఇప్పుడు సమయం లేదు. మధ్యాహ్నం అయిపోయింది. స్నానానికి

వెళ్ళనా! వర్ష ఋతువులో నౌక భ్రమణం చేయనిదే దాని అందం తెలియదు. కాని వర్ష ఋతువులలో ప్రయాణం కష్టం. ఈసారి అలాగే అయ్యింది. ఇక స్నానానికి వెళ్తాను మరి!

రవి

శిలాయి దహ్

20 జులై 1892

(13)

ఛూటీ

ఈరోజు శిలాయిదహ్ నుంచి బయలుదేరే ముందే నీ ఉత్తరం అందింది. మనస్సు ఖిన్నమైపోయింది. మీరు వస్తున్నారు, మంచిదే. నాకు కలకత్తా తిరిగి రావాలని అనిపించదు. వచ్చినా కూడా బాగా అనిపించదు. ఈ మధ్య ఆరోగ్యం కూడా బాగాలేదు. మనస్సులో అనుకుంటూ ఉంటాను- మీరు అందరూ నా దగ్గర ఉంటే బాగుండేది- అని. కాని మీరు సోలాపూర్ లో ఉంటేనే మంచిదని, పిల్లలు చదువుకుని కొంత నేర్చుకొని తిరిగి వస్తారని ఆశించాను. ఏది ఏమైనా అంతా మన చేతుల్లో ఉండదు. ఎలాంటి పరిస్థితి వచ్చినా మనము నిండు మనసుతో వీలైనంత బాగా మన కర్తవ్యాలను నిర్వహించాలి. ఇంతకంటే మనిషి చేయగలిగినది ఏముంది? అసంతృప్తి మనసులో పెట్టుకోకు ఛూటీ బవూ! - దీని వలన మంచి కంటే చెడే జరుగుతుంది. సంతోషంగా సంతృప్తితో మనస్సులో దృఢ సంకల్పం చేసుకొని గృహస్థ ధర్మాన్ని నిర్వహించాలి. నా స్వభావంలో అసంతృప్తి ఎక్కువ, దానివల్ల అనవసరంగా బాధపడుతూ ఉంటాను. నీవు సంతోషంగా ఉండటం ఎక్కువ అవసరం. లేకపోతే ఇంట్లో అంధకారం అలముకుంటుంది. నేను చేయాల్సిన ప్రయత్నం నేను వీలైనంతవరకూ చేస్తాను- ఛూటీ! నువ్వు మనస్సులో బాధ వలన అసంతృప్తిగా ఉండకు. నా అసంతృప్తి స్వభావం నీకు తెలుసు కదా! నా మనస్సును శాంత పరచుకోవడానికి ఎంత సమయమో ఒంటరిగా కూర్చుని సర్దుబాటు చేసుకుంటానో నీకు తెలుసు కదా! నా అసంతృప్తిని నువ్వు దూరం చెయ్యాలి, పోగొట్టాలి. నీవు కూడా నాలా అయిపోతే ఎలా? మీరు అక్కడి నుండి ఈ మధ్యలో బయలుదేరిపోతే కలకత్తాలో నీతో కలుస్తాను. నాతో నిన్ను ఒడిషా తీసుకు వెళ్లడానికి ప్రయత్నం చేస్తాను.

మంచి ఆరోగ్యకరమైన ప్రదేశం. నేను ఈ కోరికను (నిన్ను తీసుకువెళ్తానని) నాన్నగారితో ఇంచుమించు గా చెప్పాను. ఆయన కూడా అర్థం చేసుకున్నారు. ఇంకా... రెండుసార్లు చెపితే సఫలం అవుతుంది అనుకుంటా. కానీ ముందే ఎక్కువ ఆశ పెట్టుకోవటం మంచిది కాదు. ఈ ఉత్తరం నీకు సోలాపూర్ లోనే అందుతుందని అనుకుంటాను. ఇవాళ, రేపు అనుకుంటూ వీళ్ళు బయలుదేరటానికి వారం, పది రోజులు పట్టేస్తాయి అనుకుంటాను చూద్దాం. పగలంతా నావ నడుస్తూనే ఉంది- సాయంత్రం అయిపోయింది. ఇంకా 'పాబనా' చేరలేదు. అక్కడికి వెళ్ళాక కూడా కోసున్నర దూరం పల్లకీ వెళ్ళాలి.

రవి

శిలాయిదాహ్
నదీ మార్గం
సోమవారం, 1892

(14)

ఛూటీ

నిన్న మళ్లీ డికెన్స్ దగ్గర నుండి ఒక వంద రూపాయలు ఇవ్వాలని గొడవ పెడుతూ ఉత్తరం వచ్చింది. మళ్లీ నేను సత్య దగ్గరికే వెళ్లాల్సి వచ్చింది. ఇప్పుడు అతనికి నేను 900 అప్పు ఉన్నాను. అతను నీకు 400 రూపాయలు ఇచ్చాడా? ఈ విషయం అతను నాకు ఏమీ రాయలేదు. ఈరోజు బేలా ఉత్తరం వచ్చింది. చాలా సంగతులు తెలిసాయి. మీరు తరచుగా అక్కడకు వెళ్తారని- నా చిన్ని పాపాయి చిన్న వదిన ఒళ్ళో పడుకుని కసరత్తు చేస్తుందని, కేరింతలు కొడుతుందని తెలిసింది. నాకు దాన్ని చూడాలని ఉంది. ఆషాడం వరకూ నేను ఈ పల్లెటూళ్ళోనే ఉండిపోతే, నేను వచ్చేసరికి పాపాయి కొత్త విద్యలు నేర్చుకుంటుంది. బేలీతో పాటు మున్నా కూడా సంగీతం నేర్చుకుంటున్నాడా? లేదా? వాడి కంఠస్వరం ఎలా ఉంది. వాడికి సరిగమలు మాత్రమే కాకుండా ఏమైనా కొన్ని పాటలు కూడా నేర్పాలి. అప్పుడు నేర్చుకోవడంలో ఆసక్తి పెరుగుతుంది. లేకపోతే నెమ్మదిగా విరక్తి వచ్చేస్తుంది. నాకు ఇప్పటికీ గుర్తుంది- చిన్నప్పుడు విష్ణు దగ్గర సంగీతం నేర్చుకునేటప్పుడు సరిగమలు నేర్చుకోవడం ఇష్టం అనిపించేది కాదు. ఏదైనా పాట నేర్పిన రోజు సంతోషంగా ఉండేది. నువ్వు కూడా పిల్లలతో కూర్చొని సరిగమలు నేర్చుకో. ఈసారి వర్షాకాలం నేను వచ్చినప్పుడు మనం భార్యా-భర్తలు ఇద్దరూ కలిసి మేఘాలను చూస్తూ సంగీతాభ్యాసం చేద్దాం॥ ఏమంటావు?? విద్య భూషణ్ ఈ మధ్య నీ దగ్గర పని ఎలా చేస్తున్నాడు? నీవు కోప్పడ్డాక వాడి స్వభావంలో ఏమైనా మార్పు వచ్చిందా? పోనీలే

పాపం- చాలా రోజుల తర్వాత అతని అందమైన భార్యతో కలుసుకోగలిగాడు. కొంచెం గుర్తుంచుకో మరి! మీ అమ్మ ఎలా ఉన్నారు?

రవి

శిలాయిదహ్

1893

(15)

ఛూటీ!

ఈరోజు 11 గంటలకే భోజనం చేసి బయలుదేరాలి. ఈ రోజు దోవలో యాత్రీ - బంగాళాలోనే రాత్రి గడపాలి. తర్వాత రేపు సాయంత్రానికి పూరీ చేరుకుంటాను. శ్రీమతి గుప్తా, పిల్లలతో వస్తోంది. వాళ్ల సామానంతా చిన్నా పెద్ద మూటలతో ఎద్దు బండిమీద తీసుకొని వెళుతున్నారు. ఈ మూడు-నాలుగు రోజులు ఈ ఏర్పాటు చేయడంలో బిహారీ బాబుకు పిచ్చెత్తినంత పని అయింది. శ్రీమతి గుప్త ఏమీ చేయలేదు. ఒక్క వస్తువూ సర్దడం రాదు. స్థిమితంగా కూర్చొంటుంది. "నేను ఏమి చేయలేను. నా బుర్ర పని చేయదు" -అని అంటుంది. బిహారీ బాబు స్వభావం ఇంచుమించుగా నా స్వభావమే. అయినప్పటికీ కంగారు పడి ఆలోచిస్తూ ఉంటారు. ఏడు సముద్రాలు, ఎన్నో నదులు దాటి ప్రయాణం చేసే వాళ్లు కూడా గుప్త గారి పూరీ ప్రయాణం అంత కంగారు పడరు. ఆయన భార్య అదృష్టం ఏమిటంటే ఆయన ఆమె ప్రతి పనిలో నా లాగ మీన మేషాలు లెక్కపెట్టడు. అందుకే నెమ్మదిగా ఉంటుంది. అలాంటి భర్త ఈ ప్రపంచంలో దొరకటం కష్టమని నాకు అనిపిస్తుంది. బిహారీ బాబు పిల్లలని చాలా ప్రేమగా చూసుకుంటాడు. నాకు చాలా బాగా అనిపిస్తుంది. మమ్మల్ని కూడా ఎంత ఆదరిస్తాడో, అంటే వాళ్ల కుటుంబం సభ్యులే అనుకున్న భావం కనిపిస్తుంది.

ఎక్కువ ఆతిథ్యంతో విసిగించరు. మేము మా గదులలో రోజంతా మాకు నచ్చిన విధంగా ఉండవచ్చు. సహజంగానే ఆయన మా సదుపాయాలు చూస్తారు. ఎక్కడ అతి కాకుండా ఉండాలని చూస్తారు. బలూని కూడా ఆయన దగ్గరకు తీసుకున్నారు. కానీ వాడు పాపం ఇప్పుడు కూడా తలవంచుకొని సిగ్గుపడుతూ ఉంటాడు. తినటం, నీళ్లు

తాగటం కూడా లేదు. తినమంటే వద్దని తల తిప్పేస్తాడు. భార్య భర్తలు ఇద్దరూ ఎంతో ప్రయత్నం చేస్తే కొంచెం తినటం అవుతుంది. లేకపోతే చిక్కి శల్యం అయ్యే పరిస్థితి. త్రోవలో నేను ఉత్తరం రాయలేక పోతే కంగారు పడవద్దు. కటక్ నుంచి ఉత్తరం నీకు ఎన్ని రోజుల్లో చేరుతుందో పూరీ నుంచి ఇంకా రెండు రోజులు ఎక్కువే పడుతుంది- ఇంకా దూరం కదా, గుర్తుపెట్టుకో. అందుకని మూడు నాలుగు రోజులు నీకు ఉత్తరం అందదు.

రవి

కటక్ నుంచి పూరీ దోవలో

ఫిబ్రవరి-1893

(16)

ఛూటీ!

ఈరోజు ఢాకా నుంచి తిరిగి వచ్చాక నీ జాబు అందినది. తొందరలో గ్రామంలోని పనులన్నీ పూర్తి చేసుకుని కలకత్తా వెళ్లి అన్ని ఏర్పాట్లు చేస్తాను. నీవు అనవసరంగా ఆలోచించకు. శాంతంగా, స్థిమితంగా, స్థిరమైన మనస్సుతో అన్నింటినీ స్వీకరించడానికి ప్రయత్నం చెయ్యి. నేను కూడా ఈ రకంగా ఆలోచిస్తున్నాను. ఆచరించడానికి కూడ ప్రయత్నం చేస్తున్నాను. అన్ని సార్లు సఫలీకృతం కాదు. కానీ నీవు ఈ రకంగా మనశ్శాంతితో ఉంటే నాకు కూడా మనోబలం పెరుగుతుంది. మనస్సు కాస్త స్థిమిత పడి బాగుంటుందనుకుంటాను. నువ్వు నా కంటే చాలా చిన్న దానివి, అనుభవం కూడా తక్కువే అనుకో. కానీ నీ స్వభావం నాకంటే సహజంగా శాంతమైనది. సంయమనం, ధైర్యం కూడా నాకంటే ఎక్కువే. అందుచేత అన్ని రకాల క్షోభ నుంచి మనస్సును తప్పించి శాంతంగా ఉంచడానికి నీకు ఎక్కువ ప్రయత్నం చేయనక్కరలేదు. అందరి జీవితాల్లో ఎప్పుడో ఒకప్పుడు కష్ట కాలం వస్తుంది- ఈ మనో ధైర్యానికి చేసే సాధన ఆ రోజులలో పనికి వస్తుంది. అప్పుడు ఈ కష్టాలు అసలు కష్టాలు కావని, వీటితో మనం అనవసరంగా చాలా కంగారు పడ్డామని అనిపిస్తుంది. అందరినీ ప్రేమిద్దాం. అందరికీ మంచి చేద్దాం. సంతోషంగా ఒకరి యెడల ఒకరి మన కర్తవ్యాలని నిర్వహిద్దాం. కాని తర్వాత ఏమవుతుందో చూద్దాం. జీవితం ఎప్పటికీ ఉండేది కాదు. దుఃఖ, సుఖాలు కూడా నిత్యం మారుతూ ఉంటాయి.

సుఖ, దుఃఖాలు శాశ్వతం కాదు. మనకు జరిగే హాని, వంచన లాంటి వాటిని తేలికగా తీసుకోవటం కష్టం. కానీ అలా తీసుకోకపోతే జీవితం దుర్భరం అయిపోతుంది.

మన ఉన్నత ఆశయాల మీద మనస్సుని నిలకడ చేయడం కష్టం. అలా కాకుండా రోజు ఉండే అసంతృప్తి, అశాంతి చిన్న- చిన్న పరిస్థితులతో నిత్యం సంఘర్షణలతో జీవితం గడిపేస్తే మన జీవితం పూర్తిగా వ్యర్థం అయిపోతుంది. శాంతి, వైరాగ్యం, నిస్వార్థమైన ప్రేమ, నిష్కామ కర్మలతోనే మనం జీవిత సాఫల్యాన్ని పొందగలుగుతాము. నీలోనే నీవు సాంత్వన పొందగలిగి అందరికీ స్వాంతన చెప్పగలిగితే నీ జీవితం ఒక సామ్రాజ్ఞి జీవితం కంటే సార్థకమైనది అవుతుంది. ప్రియ ఛోటీ! మనస్సును వదిలేస్తే అసంతృప్తితో అది తనంతట తానే క్షత విక్షత మయిపోతుంది. మన చాలా దుఃఖాలను మనం స్వయంగా తెచ్చుకున్నవే ఉంటాయి. నీకు ఏవో పెద్ద- పెద్ద మాటలు, ఉపన్యాసాలు ఇస్తున్నానని కోపం తెచ్చుకోకు. నేను ఎంత తీవ్ర ఆకాంక్ష నిండిన మనసుతో నీకు ఈ వాక్యాలు రాస్తున్నానో నీకు తెలియదు. సహజ సహకార భావం, నీ మీద నా ప్రేమ, గౌరవాలతో మన ఈ దృఢ బంధం ఇంకా గట్టిపడి, దానివలన కలిగిన నిర్మల శాంతి, సౌఖ్యాలు ఈ ప్రపంచంలోని మిగతా విషయాలకంటే ముఖ్యమైనవిగా తోచి, రోజూ కలిగే సుఖ దుఃఖాలు నిరాశ, ఆ భావాల ముందు క్షుద్ర మైనవిగా - ఈ మధ్య నా కళ్ళ ముందు నిలిచి నన్ను ఈ ప్రలోభానికి దగ్గర చేస్తున్నాయి. భార్యా-భర్తల చిన్నవయసులో ప్రణయం, మోహంలో ఒక ఆవేశంతో కూడిన మమతానురాగాలు ఉంటాయి. విచిత్రమేమిటంటే పెద్ద అయ్యాక విశాల ప్రపంచ సాగర తరంగాల మధ్య భార్యాభర్తల వాస్తవమైన లోతైన, సంయమనంతో కూడిన శాశ్వతమైన నిశ్చల గంభీర ప్రేమ ప్రకరణం మొదలవుతుంది. మన సంసారం పెరగడంతో పాటు బాహ్య ప్రపంచం మరీ బయటకు వెళ్ళిపోతుంది. ఒకరకంగా ఎవరూలేరని అనిపిస్తుంది. అప్పుడు ఈ బంధం ఇంకా దృఢమై ఒకరికి ఒకరు ఇద్దరూ ఇంకా చేరువ అవుతారు. మనిషి ఆత్మకంటే అందమైనది ఏదీ లేదు, దానిని దగ్గరగా చూస్తాం. దానితో ప్రత్యక్ష పరిచయం ఏర్పడుతుంది. అప్పుడే నిజమైన ప్రేమ

మృణాళినీ దేవి

మొదలవుతుంది. అప్పుడే ఏ మోహము ఉండదు. ఒకరిని ఒకరు దేవతలని అనుకోవలసిన అవసరం ఉండదు. సంయోగ వియోగాలలో తుఫాను లాంటి ఉన్మాదం ఉండదు. దగ్గర ఉన్నా, దూరం ఉన్నా సంపదలో- ఆపదలో, అభావంలో- ఐశ్వర్యంలో- అన్ని పరిస్థితులలో నిస్సంశయంగ ఒకరిమీద ఒకరు ఆధారపడగలిగి ఉండే ఆ సహజ ఆనందంలో ఒక వెలుగు నిండి ఉంటుంది. నాకు తెలుసు నావల్ల నీకు దుఃఖాలు కలిగాయని, కాని ఒకరోజు దీని వలన నీకు అంతులేని ఆనందం కూడా కలుగుతుంది.

ప్రేమతో క్షమించి, దుఃఖాలను స్వీకరించడంలో ఉన్న సుఖం, ఆత్మతృప్తి, సొంత సుఖంలో ఉండదు. ఈ మధ్య నా మనస్సులో ఒకటే కోరిక- మన జీవితంలో సహజంగా సరళంగా (Simple) ఉండాలని. మన నలువైపులా ప్రశాంతంగా, ఆనందంగా ఉండాలని, మన జీవిత యాత్ర ఆడంబరం లేకుండా, మంగళకరంగా ఉండాలని, మనం నిస్వార్థంగా లక్ష్యం వైపు నడవాలని, మన సొంత పనులకన్నా దేశానికి సంబంధించిన పనులు ప్రధానమైనవి కావాలని- ఒకవేళ మన పిల్లలు ఈ ఆదర్శం వీడి నెమ్మదిగా దూరంగా వెళ్లిపోయినా సరే మనం చివరి వరకు ఒకరికి ఒకరు సాయంగా ఒకరి మీద ఒకరు ఆధారపడి అందమైన జీవితం గడపగలగాలని అనిపిస్తుంది. అందుచేతనే నేను మిమ్మల్ని కలకత్తా అనే పాషాణ మందిరాల నుంచి దూరంగా ప్రశాంత గ్రామీణ వాతావరణానికి తీసుకురావాలని అనుకుంటున్నాను. అక్కడ వ్యక్తిగత లాభం, నష్టం, తన, పరాయి అనే వాటిని మరిచిపోవటం కష్టం. అక్కడ చిన్న-చిన్న విషయాలకు మనస్సు కష్టపెట్టుకుంటూ మన జీవిత ధ్యేయాన్ని ముక్కలు-ముక్కలుగా చేసుకుంటాం. ఇక్కడ కొంచెంలోనే సంతృప్తి. మిథ్యను సత్యమని భ్రమపడే అవకాశం లేదు. "సుఖం వా, దుఃఖం వా, ప్రియం వా, యది వా అప్రియం -ప్రాప్తం ప్రాప్తముపాసీత

హృదయేనాపరాజితా "ఇది గుర్తుపెట్టుకోవడం చాలా అవసరం. .... ప్రమథ్. సురేన్ అతని గుజరాతీ మిత్రుడు ఇక్కడ ఉన్నారు.

శిలాయిదహ్ నీ

జూన్ 1898 రవి

(17)

ఛూటీ!

నీతు వాళ్లు ఎదుటి వాళ్ళ కష్ట-నష్టాలు చూడలేరు. వాళ్ల స్వభావం అది. నువ్వేం చేస్తావు?... ఒక్కడే కొడుకు, ప్రపంచంలో ఆ ఒక్క బంధం తెగిపోయింది. అయినా రాత్రిం-బగళ్లు ఇవీ అవీ కొనటంలో ఎంత డబ్బు ఖర్చులో తలమునకలయి ఉన్నారు. చూసే వాళ్లకు ఆశ్చర్యం వేస్తుంది. కానీ నేను మానవ స్వభావములలోని విచిత్రతను అర్థం చేసుకుంటూ, శాంతంగా అన్నీ గ్రహించడానికి ప్రయత్నం చేస్తున్నాను. అప్పుడప్పుడు వీటన్నిటినీ చూసి బాధ అనిపిస్తుంది. కాని దాని నుంచి బయటపడటానికి ప్రయత్నం చేస్తున్నాను. మనతో ఎవరు ఎలా ప్రవర్తించినా నిర్లిప్తంగా ఉండాలి. మన దుఃఖాలు అనురాగ- వైరాగ్యాలు, ఇష్టాయిష్టాలు, ఆకలి-దప్పికలు, ఈ ప్రపంచంలో పనులు ఏది మన వశంలో లేదు... మనలోని "నేను" వాటన్నిటిలో లేదు. ఈ బయట విషయాలను అలాగే చూడటం నేర్చుకుంటే, చూడగలిగితే మన సాధన పూర్తవుతుంది. అలా చేయడం చాలా కష్టం. కాని అడుగడుగునా అది గుర్తు ఉంచుకోవాలి. మనకి ఏదైనా బాగా అనిపించనప్పుడు, ఏదైనా సంఘటనల వలన మన మనస్సు గాయపడినప్పుడు మనం మన "అమరత్వాన్ని" గుర్తు చేసుకోవాలి. ఒకరోజు నేను బయట వసారా గదిలో పడుకుంటే తేలు కుట్టింది.

చాలా నొప్పి, బాధ అనిపించింది. అప్పుడు నేను నా శరీరాన్ని, ఆ బాధను, నాకు బయటగా చూడటానికి ప్రయత్నించాను. డాక్టరు రోగులను ఏ సహానుభూతి, బాధ్యతగా చూస్తాడో నేను నాకాలి నొప్పి చూడటం మొదలుపెట్టాను. ఆశ్చర్యం, దాని ఫలితం పొందాను. శరీరంలో బాధ ఉంది గాని, మనస్సులో చాలా తక్కువ బాధ ఉంది.

అందుచేతనే ఆ బాధలో కూడా నిద్రపోగలిగాను. దాని నుంచి ముక్తి పొందడానికి ఒక కొత్త మార్గం కనిపించింది. ఇప్పుడు మన ప్రత్యక్ష సుఖదుఃఖాలను బయట వస్తువులుగా, క్షణికమైనవిగా చూడటానికి ప్రయత్నం చేస్తున్నాను. శాంతం, స్వాంతన పొందటానికి ఇంతకంటే వేరే మంచి ఉపాయమేమీ లేదు. అడుగడుగునా మనలోని సహనశక్తి పెంచుకోవడానికి ఈ ప్రయత్నం చేయాలి. అప్పుడప్పుడు ప్రయత్నం సఫలీకృతం కాకపోయినా నిరాశపడకూడదు. క్షణ భంగురమైన ఈ ప్రపంచంలో ఆత్మ శాంతిని ఎప్పుడూ పోగొట్టుకోకూడదు. దానికంటే నష్టం ఇంకొకటి లేదు. రెండు పైసల గురించి రెండు లక్షల పోగొట్టుకున్నట్లు అనుకో. భగవద్గీతలో ఇలా ఉంది - "ఎవరినీ ఉద్వేగ పరచకుండా, తను ఉద్వేగం పొందకుండా — ఆనందం, విషాదం, భయము, క్రోధము నుంచి ముక్తి పొందిన వాడే నాకు అత్యంత ప్రియుడు." అని.

రేపు మంగళవారం బలు శ్రాద్ధ కర్మ చేయాలి. ఆ పని ముగించుకుని బయలుదేరడానికి ఒక వారం అయిపోతుంది. కానీ తప్పదు. నగేంద్ర యూరప్ లో పని ముగించుకొని తిరిగి రాగలుగుతాడు. కానీ అతను వీలైనంత త్వరగా రావాలి, ఇక్కడ నాకు అతనితో ముఖ్యమైన పని ఉంది.

కోలకత్త రవి

29 ఆగష్టు 1899.

(18)

ఛూటీ!

నేను ఈ రోజు వెళ్లలేకపోయాను. బేలా ఉత్తరం ద్వారా నీకు ఈ విషయం తెలిసి ఉంటుంది. ఈ రోజు ఇంటి నుండి బయటకు వెళ్లలేదు- పోస్ట్ సమయానికే వచ్చింది- మూడు ఉత్తరాలు అందాయి. కానీ దాంట్లో నీ ఉత్తరం లేదు. ఉత్తరం వస్తుందనుకోలేదు కానీ పొరపాటున రాస్తావేమో అనిపించింది. దూరంగా ఉన్నప్పుడు ఉత్తరం చాలా ఆనందాన్ని ఇస్తుంది. సాన్నిధ్యంలో సుఖం కంటే దీనికి ప్రత్యేకత ఉంది. దీనితో కొంచెం తోటే చాలా పొందినట్లు అనిపిస్తుంది. నాలుగు మాటలే అయినప్పటికీ సమగ్రంగా గ్రహించగలుగుతాము. అందుకే దీనికి విలువ ఎక్కువ. ఎదురుగుండా కూర్చుని మాట్లాడుతూ ఉంటే చాలావరకు ఎగిరిపోతూ ఉంటాయి. అన్నీ మాట్లాడుకున్నా, అన్నిటి పైన ధ్యాస ఉండదు. ప్రత్యక్ష పరిచయం కంటే ఉత్తరాల పరిచయం కాస్త విలక్షణంగా ఉంటుంది. దాంట్లో ఒక రకమైన ప్రగాఢత, లోతు వలన ఒక విలక్షణమైన ఆనందం కలుగుతుంది. నీకు అలా అనిపించదా?......

ఈ ఉత్తరం అసంపూర్ణం

(19)

ఛూటీ!

ఈ మధ్య నీవు ఎలా అయిపోయావు? నువ్వు నీ మనస్సుకు లొంగిపోతే ఎలా? ఈ ప్రపంచంలో నీ పరిస్థితి ఏమిటి? జీవించాలని కోరిక ఉన్నప్పుడు ఎన్నోసార్లు మృత్యువు వచ్చి మన తలుపులు కొట్టినా.... నిజమే మృత్యువును మించిన సత్యము ఏమీలేదు - అనుకోవాలి. శోకము, ఆపద వచ్చినప్పుడు భగవంతుడే బంధువుగా అనుకొని అతని మీద ఆధారపడటం నేర్చుకోకపోతే నీ దుఃఖం ఎప్పటికీ తగ్గదు. నీతూ ఇప్పుడు బాగానే ఉన్నాడు. ఇంకా బాగా అవుతున్నాడు. చాలా రోజులు డాక్టరు రాత్రులు ఇక్కడ ఉండవలసి వచ్చింది- నిన్న అవసరం లేకపోయింది. అతను రాలేదు. అందుకని రాత్రంతా నేను వాణ్ణి చూసుకున్నాను. ఇప్పుడు జ్వరం 99 డిగ్రీలు ఉంది... దగ్గు- ఆయాసం కూడా కొంచెం తగ్గింది. అందుకని ఫర్వాలేదు కాని అన్ని పరిస్థితులకే తయారయి ఉండాలి. ఈరోజు నుంచి డాక్టరు రెండుసార్లు వస్తాడు. ఈ మధ్య నాలుగు సార్లు పిలవవలసి వస్తోంది, రాత్రి మళ్ళీ ఇంకో డాక్టరు వచ్చేవారు. నీవు బాధతో నలిగి పోతున్నావు. నేను ఇక్కడ చూసుకుంటూ అలసిపోతున్నాను. ఇప్పుడు మృత్యువు అంటే భయం లేదు, కానీ నీ గురించి బెంగ అనిపిస్తుంది. నీవు అసహాయంగా నిరాశతో నిండిన నీ మనస్సుని తలుచుకొని చాలా ఉద్విగ్నత అనిపిస్తుంది

కోల్ కత్తా, రవి

1899.

(20)

ఛూటీ!

పిల్లల గురించి మనస్సులో చాలా ఆందోళనగా ఉంటుంది. దాని నుంచి బయటపడటానికి ప్రయత్నం చేస్తున్నాను. వాళ్లు బాగా చదువుకుని, మంచి వ్యక్తులుగా, తయారు కావటానికి మన వీలయినంత వరకూ ప్రయత్నం చేయాలి. కాని ఎల్లప్పుడూ అదే ఆలోచనతో మనస్సును ఉద్విగ్న పరచుకోవడం మంచిది కాదు. వాళ్లు మంచి-చెడులు, మామూలు రకంగా ఉండి వాళ్ళ జీవిత మార్గంలో ముందుకు వెడతారు- వాళ్ళు మన సంతానమైనప్పటికీ స్వతంత్రులు. తమ సుఖ, దుఃఖాలు, పాప-పుణ్యాలతో వాళ్ళు కార్యకలాపాలు ఏ మార్గంలో పెడతారో- ఆ మార్గం మీద మనకు ఏ అధికారం లేదు, అవి మన వశంలో లేవు- మనం మన కర్తవ్యాలని పాటిస్తూ వాళ్లని పెంచుదాం. కాని ఫలాపేక్షతో ఆందోళన పడకూడదు. వాళ్ళు ఎలాంటి మనుషులవుతారో అది ఈశ్వరేచ్ఛ. వాళ్ల గురించి మన మనస్సులో ఎలాంటి ఎక్కువ ఆశ పెట్టుకోకూడదు. నా పిల్లవాడనే మమకారంతో అందరికంటే చాలా మంచివాడు అవుతాడనే తీవ్రమైన ఆకాంక్షకి కారణం నా అహంకారం. మన పిల్లల నుండి ఎక్కువగా ఆశించే అధికారం మనకు లేదు. హక్కు లేదు. ప్రపంచంలో ఎంతోమంది పిల్లలు చెడు పరిస్థితిలలో పడిపోతారు. వాళ్ల గురించి మనకు బాధ కలగదు. ఈ రోజుల్లో పిల్లల గురించి అందరూ వాళ్లకు సాధ్యమైనంత ప్రయత్నం చేస్తారు, కానీ అనేక పరిస్థితుల వల్ల రకరకాల పరిణామాలు ఎదురవుతాయి, అవి ఎవరి వశంలోనూ ఉండవు. అందుచేత మనం మన కర్తవ్యాలు చేస్తూ ఉండటమే మన చేతుల్లో ఉంది- మనం ఫలాపేక్షతో మనస్సును ఆందోళన పరచుకోరాదు- మంచి-చెడులను రెండింటినీ సహజంగా స్వీకరించే శక్తికి పెంచుకోవాలి. క్రమంగా పగలు-రాత్రి

దీనికి సాధన చేయాలి. మనస్సు ఉద్విగ్నంగా ఉన్నప్పుడు మనని మనం తటస్థంగా, సంయమనం చేసుకోవాలి. ఈ ప్రపంచంలో సమస్త సుఖ, దుఃఖాలు మంచి-చెడు పరిణామాలకు నాకు సంబంధం లేదు. ఈ ప్రపంచంలో నేను మాత్రమే లేను. నాకు ముందు అనంతకాలంతో నాకు ఏమి సంబంధం ఉంది. రాగల భవిష్యత్తులో అనంతకాలం, అక్కడి సుఖ దుఃఖాలు మంచి-చెడులు, లాభ-నష్టాలు ఎక్కడ ఉంటాయి. ఏమిటి అవి? అందుచేత ఎక్కడ ఎన్ని రోజులు ఉంటే అన్ని రోజులు అక్కడ పనులన్నీ జాగ్రత్తగా చేయాలి. అంతకంటే ఏమీ ఆలోచించనవసరం లేదు. ఎప్పుడూ సంతోషంగా ఉండాలని, అందరినీ ఆనందంగా ఉంచాలని, ప్రఫుల్లిత మనసుతో ఉండి, అందరికీ మంచి జరిగే పనిని చేయాలి. సాఫల్యం కలిగినా, కలగకపోయినా ఫర్వాలేదు. మంచి ప్రయత్నంతో జీవితం సార్థకం అయిపోతుంది. ఫలితము ఎప్పుడూ ఈశ్వరుని చేతుల్లోనే ఉంటుంది. దీనికి ఒకటే ఉపాయం. మనస్సుకు ఆశ ఆకాంక్షల నుంచి విముక్తి ఇవ్వడం.

అలహాబాదు　　　　　　　　　　　　　　　　రవి

1899.

(21)

ఛూటీ!

ఈ రోజు అహమ్మదాబాదు చేరుకున్నాను. సుసి వాళ్ళ అమ్మ కలిసారు. సుసి రావటానికి తయారయింది, వాళ్ళ అమ్మ కూడా ఒప్పుకుంది. కలకత్తా నుంచి శిలాయిదహ్ వెళ్లాలని నిర్ణయం అయింది. బాగా అర్థమయ్యేటట్లు చెప్పాక ఇద్దరు రావటానికి సిద్ధం అయ్యారు. ఎల్లుండి ఇక్కడ నుంచి బయలుదేరతాను. సురేన్ ముగల్ - సరాయి నుంచి నాతో వచ్చాడు కనుక సరిపోయింది. లేకపోతే హోటల్లో ఒక్కడినే గడపడం కష్టం అయ్యేది.

కలకత్తాలో నా ఆరోగ్యం సరిగ్గా లేదు. ప్రయాణం రోజు 10 గ్రాముల క్యూనైన్ వేసుకొని బయలుదేరాను. త్రోవలో కాస్త నయమయింది. ఇప్పుడు బాగానే ఉన్నాను.

నిన్న రాత్రి బయట వెన్నెల. ఒడి లో నేను ఒక్కడినే ఉన్నాను. మనస్సు తీయ్యని మాధుర్యంతో నిండిపోయింది. అప్పుడు నువ్వు ఏం చేస్తున్నావు? మిద్దె మీద ఉన్నావా, గదిలోనా? ఏమి ఆలోచిస్తున్నావు? అప్పుడు నా మనస్సు వెన్నెలలాగే స్నిగ్ధ కోమల భావాలతో నిండి పోయింది. మనసంతా మీరే. ఆ సమయంలో వాసనా జనితమైన బాధ గాని, తీవ్రత గాని లేదు. కేవలం ఒక విషాద భరితమైన ఆనందంలో మాధుర్య భావన మాత్రమే ఉంది.

అలహాబాద్ — రవీంద్రనాథ్ ఠాకూర్

1900

(22)

ఛూటీ!

నిన్న నీ ఉత్తరం రాలేదు. ఈరోజు కూడా నీ దగ్గర నుంచి ఉత్తరం రాకపోతే టెలిగ్రామ్ ఇద్దామని అనుకున్నాను. స్నానం చేసి రాగానే నీ ఉత్తరం అందినది. నీవు ఉత్తరం ఎందుకు రాయలేదో, దాంట్లో ఏమీ లేదు. నాకు ఏమీ అర్థం కాలేదు.

నిన్న ప్రియ బాబు నాగేంద్రుని ఆహ్వానిస్తూ మమ్మల్ని కూడా తప్పక రమ్మన్నాడు. ఒంటి గంట నుంచి ఏడు గంటల వరకూ రిహార్సల్స్ తో సరిపోయింది. తర్వాత ప్రియ బాబు వాళ్ళ దగ్గర భోజనం చేసి తిరిగి వచ్చేసరికి చాలా రాత్రి అయిపోయింది.

నీతూ నిన్న రాత్రి బాగానే నిద్రపోయాడు. వాడి లివర్ నొప్పి కూడా లేదు. ఈరోజు 100° జ్వరం ఉంది. లివరు పరీక్షించి చాలా వరకు తగ్గిందని డాక్టరు చెప్పారు.

ఈరోజు మా నాటకం కార్యక్రమం ఉంది. డాక్టరు కూడా రావాలి అనుకుంటే ఆయనకు కూడా ఒక టికెట్ ఇచ్చాను. నాగేంద్ర కూడా వస్తాడు. డాక్టరు, నాగేంద్ర కలిసి వెళ్లిపోతారు. నాగేంద్ర ఇంకా ఇక్కడే ఉంటే పనికి ఇబ్బంది అవుతుంది. గిరీశ్ వచ్చాడు. వాడు బెంగాలీ వంటతో పాటు దొరల వంటలు కూడా బాగా చేస్తాడు. కొంచెం డబ్బులు ఎక్కువ తీసుకుంటాడు.

కాని ఎవరు వచ్చినా భోజనానికి ఇబ్బంది ఉండదు. నువ్వు ఏమంటావు? ఈసారి తిరిగి వచ్చాక చాలా సేపు కూర్చొని ముచ్చట్లు చెప్పుకుందాం. మీకు కూడా బాగా అనిపిస్తుంది. ఈలోగా నీతూ కాస్త కుదుట పడితే మధుపూర్ పంపించి కాస్త స్థిమిత పడదాము అనుకుంటున్నాను.

యాదుకు చెప్పి మీ అమ్మగారికి 15 రూపాయలు పంపించాను. బిపిన్ ఇప్పుడు చాలావరకు నయంగానే ఉన్నాడు. కానీ వంగి ఇంకా పనిచేయలేదు. కాని అటూ-ఇటూ నడక మొదలుపెట్టాడు. ఇక్కడ నుండి పనివాడిని ఒకటి రెండు రోజులలో శిలాయిదహ్ పంపుతాము. నీ దగ్గర కొత్త కుర్రాడు ఎలా పనిచేస్తున్నాడు. ఈరోజు ఒకటవ తారీఖు, ఇంకా 7 పుష్యమాసం పత్రిక వ్యాసం మొదలుపెట్టలేదు. కొంచెం మనస్సు ఉద్విగ్నంగా ఉంది. రేపు ఎలా అయినా రాయడానికి కూర్చోవాలి.

కోల్ కతా　　　　　　　　　　　　　　　　　　　　　　　　　　రవి

15 డిసెంబర్ 1900

---

[5] 1735 శక సంవత్సరం 7 పుష్యమాసం- మహర్షి దేవేంద్రనాథ్ బ్రహ్మ సమాజంలో దీక్ష పొందారు.

[6] 1.1813 వ శక సంవత్సరం శాంతినికేతన్ లో ఉపాసన-మందిరం స్థాపన.

(23)

ఛూటీ!

సాయంకాలంలో నీ మనోభావాల మీద నాకు హక్కు లేదా! నేను పగటి వరకే పరిమితమా! సూర్యాస్తమయం అవగానే నీ మనస్సు నుంచి నా దృష్టి కూడా కనుమరుగు అవుతుందా! నీ మనస్సు లోని మాట నీవు రాయలేదు. ఇంతకు ముందు నీ మూడు-నాలుగు ఉత్తరాలలో నాకు ఏదో అనిపిస్తుంది. సరిగ్గా అనలైజ్ చేసి నేను దాన్ని చెప్పలేక పోతున్నాను. కానీలే. హృదయంలోని సూక్ష్మ భావాలను చర్చించి లాభం లేదు. అన్నింటినీ సహజంగా తీసుకోవడం శ్రేయస్కరం.

ఈరోజు నీతు బాగానే ఉన్నాడు. కొంచెం జ్వరం ఉంది. ఈ అమావాస్య తర్వాత తగ్గుతుందని ప్రతాప్ బాబు అన్నారు. జ్వరం తగ్గగానే ఆలస్యం చేయకుండా మధుపూర్ పంపడం మంచిదని ఆయన సలహా. అలాగే నిర్ణయించాము. లివర్ సైజ్ నొప్పి ముందుకంటే తగ్గాయి.

నిన్న రాత్రంతా కల- నీకు నామీద కోపం వచ్చింది. నన్నేదో నిలదీస్తున్నావు. కల చూడటం కూడా మంచి కలే చూడవచ్చు కదా. ప్రపంచంలో మెలకువగా ఉన్నప్పుడు రకరకాల ఇబ్బందులు, ఇక నిద్రలో కూడా అర్థం లేని గొడవలు మోసుకోవాల్సి వస్తే దానికి అంతం లేదు.

ఆ రాత్రి కల వలన ఉదయం కూడా మనస్సు బాగాలేదు. దానికి తోడు ఉదయం నుంచీ వచ్చే పోయేవాళ్లు. 7 పుష్యమాసం గురించి ఈరోజు రాద్దామని అనుకున్నాను.

<u>మృణాళినీ దేవి</u>

కాని రాయడం కానే లేదు. పొద్దున స్నానాల గదిలో "నైవేద్య" కి రెండు పద్యాలు తయారయ్యే అవకాశం కలిగింది.

కోలకతా   రవి

డిసెంబర్, 1900

---

[7] నైవేద్య: రవీంద్రుని కవితా సంకలనం (1901)

(24)

ఛూటీ!

చిన్నదో, పెద్దదో, మంచో, చెడో ప్రతిరోజు నాకు ప్రతిరోజు ఒక ఉత్తరం ఎందుకు రాయవు? పోస్ట్ వచ్చే సమయంలో నీ ఉత్తరం రాకపోతే ఎలాగో అనిపిస్తుంది. ఈ రోజైతే నీ ఉత్తరం గురించే కాచుకొని ఉన్నాను. ఈ రోజు నీ ఉత్తరం వస్తే రథీ వస్తాడో లేడో తెలుస్తుందని అనుకున్నాను. కానీ ఉత్తరం అందకపోతే నాకు ఎలా ఉంటుందో చూడాలని నీ కోరిక. రేపు సాయంకాలం మేము జోధ్ పూర్ కి బయలుదేరుతాము. అందుకని నీకు ఉత్తరం రాసే పనిలేదు. ఒకరోజు సెలవు దొరుకుతుంది. ఆదివారం వచ్చేసరికి నీ ఉత్తరం ఒకటి తప్పక వస్తుందని ఆశ. శనివారం మేము శాంతినికేతన్ లో ఉంటాము. నాకు కూడా ఉత్తరం రాసే సమయం దొరకదు. నాయిబ్ వాళ్ళ తమ్ముడి సమాచారం ఏమిటి? నీతూ లివర్ పరీక్ష ఈరోజు జరిగింది. పూర్తిగా నయమయిందని తెలిసింది. దగ్గు, జ్వరం తగ్గితే ఇక మధుపుర్ పంపించే ఏర్పాట్లు చేయొచ్చు. జ్వరం నెమ్మదిగా తగ్గుతోంది. అమావాస్య తర్వాత పూర్తిగా కోలుకోవచ్చు.

మీ దగ్గర తోట ఎలా ఉంది? పంట ఏమైనా దొరుకుతుందా? బఠానీ కాయలో గింజలు పడ్డాయా? నూతిలో స్ఫటికం క్రమం తప్పకుండా వేస్తున్నారు కదా?

వంట బ్రాహ్మణుడు ఆవిడ గొడవ పెట్టుకుంటున్నారా? విమల విషయంలో నీ అభిప్రాయం తొందరగా రాయి. అనేక రకాల విఘ్నాలతో 7పుష్యమాసం దానికి ఇంకా రాయలేకపోయాను. ఇప్పుడు ఇంక అది పూర్తి చేయటానికి కూర్చొంటాను.

కోల్ కతా

రవి

డిసెంబర్ 1900.

(25)

ఛూటీ!

ఒకేసారి నీ దగ్గర నుండి రెండు ఉత్తరాలు చూసి చాలా ఆనందం అనిపించింది. దానికి సరైన ప్రతిదానానికి ఈరోజు సమయం కాదు. ఈరోజు బోల్ పూర్ వెళ్లాలి. నాన్న గారికి రాసిన వ్యాసం చూపించాను. ఒకటి రెండు చోట్ల కొంచెం పెంచి రాయమని చెప్పారు. ఇప్పుడు ఆ పని చూడాలి. ఇక ఒక గంట సమయం ఉంది. నన్ను సుఖపెట్టాలని నువ్వు మరీ ప్రయత్నం చేయనవసరం లేదు. నీ అంతరంగంలోని ప్రేమ చాలు. మన ఇద్దరి మధ్య అన్ని పనులు, అన్ని భావాలు కలిస్తే చాలా బాగుంటుంది. ఇది ఎవరి కోరికలు ఆధీనంలో ఉండదు. నువ్వు నా అన్ని విషయాలలో, అన్ని చదువులలో నాకు సహకారం చేస్తే నాకు చాలా ఆనందం అనిపిస్తుంది. నేను తెలుసుకోవాలనుకున్న వన్నీ, నీకు చెప్పగలగాలి- నేను నేర్చుకోవాలి అనుకున్నవన్నీ నీవు కూడా నేర్చుకుంటే నాకు చాలా సంతోషంగా ఉంటుంది.

జీవితంలో అన్ని విషయాలలో కలసి పురోగమించే ప్రయత్నం చేస్తే సులువుగానే పురోభివృద్ధి సాధించవచ్చు. ఏ విషయంలోనూ నిన్ను వెనుక వదిలేసి నేను ముందుకు వెళ్లడం నాకు ఇష్టం లేదు. కానీ బలవంతంగా నిన్ను కష్టపెట్టడం కూడా ఇష్టం లేదు. ఎవరి అభిరుచి వాళ్ళది, వాళ్ళ ఇష్టం దానిమీద పట్టు వాళ్ల స్వతంత్ర విషయాలు- నా అభిరుచి, ఇష్ట ప్రకారం నీ మొత్తం స్వభావాన్ని సంపూర్ణంగా మమైకం చేసి పనిచెయ్యడం నీ వశంలో ఉండదు. అందుచేత ఈ విషయం ఎక్కువ ఆందోళన చెందకుండా, నీ ప్రేమానురాగాలతో నా జీవితాన్ని మాధుర్య భరితం చేస్తూ ప్రయత్నపూర్వకంగా

అనవసరమైన దుఃఖాల నుండి, కష్టాల నుండి నన్ను రక్షించడానికి ప్రయత్నం చేస్తే నాకు అదే అత్యంత విలువ అయినది అవుతుంది.

కోల్ కతా											రవి

డిసెంబర్ 1900

(26)

ఛూటీ!

నిన్న ఇంటికి వచ్చేసరికి మధ్యాహ్నం అయిపోయింది. ఉదయం సంగీతం నేర్పించడం అయిన తర్వాత భోజనం చేసి అమలని వెతుక్కుంటూ నాటోర్ వెళ్ళాను. ఇంటి వరకు వెళ్లాను. అక్కడ చూస్తే రాణి చిత్రం సగమే అయింది. హేష్ నాటోర్ చిత్రం వేస్తున్నాడు. అమలతో కూర్చుని ఉత్తరం రాయటం పని అయింది. అమలకి నేను దొరికాను కాబట్టి వదలక వాళ్ళ ఇంటికి రావాలని అక్కడ సంగీతం గురించి చర్చించుకుందాం - అని అంది. ఈరోజు మూడు గంటలకు వాళ్ళ బ్రిర్జితలా ఇంటికి వెళ్ళాలి. మంచి భోజనంతోపాటు హాయిగా మాట్లాడుకోవచ్చు. అక్కడ నుండి సరళని కలవాలని వెళ్లాను. సరళ ఇంట్లో లేదు. అక్క, తారక బాయి కలిసారు. చాలాసేపు సరళ వస్తుందని కూర్చొన్నాను. కాని సరళ రాలేదు. “రేపు భోజనానికి ఇక్కడికే రా, అలాగే సరళకు సంగీతం కూడా నేర్పు” అన్నారు. నేను సరే అన్నాను. భోజనానికి ముందు తారక బాబు వాళ్ళింటికి రమ్మన్నారు. పూరీలో ఇంటి గురించి మాట్లాడాలట. సరే కానీ... ఈరోజు స్నానం చేసి ముందు తారక బాబు దగ్గరకు, అక్క దగ్గరకు, సురేన్ ను చూసి తర్వాత అమలను కలుస్తాను. మాఘమాసం ఏకాదశి ఉత్సవానికి సంగీతం నేర్పిస్తాను.

సంగీతం సమాజం పని అయిపోయిన తర్వాత 12 గంటలు నిద్రపోవాలి. అటు చూడు- ఆకాశం మబ్బులు కమ్మి ఉంది. రాత్రి ఒకసారి బాగా వర్షం వచ్చింది. కానీ మళ్ళీ మేఘాలు వచ్చేసాయి. చలికాలంలో ఇలాంటి మేఘాలు నేను ఎప్పుడూ చూడలేదు. మీ దగ్గర కూడా ఇలాగే మేఘాలు కమ్మి ఉంటాయి. మీకు చినుకుగా చికాకుగా ఉండి ఉంటుంది. నేను రోజంతా తిరుగుతూనే ఉంటాను. తిరుగుతూంటే ఎలా అనిపిస్తుంది

అని ఆలోచించడానికి సమయం లేదు. సాయంకాలం బాగా అలసిపోయాను. అప్పుడు నా మనస్సు మీ దగ్గరికే వెళ్ళిపోతుంది. ఆ సమయంలో నా బండి కలకత్తా జనారణ్య వీధులలో, నా మనస్సు శిలాయిదహ్ మన ఇంట్లో తిరుగుతూ ఉంటాయి. కలకత్తా రోడ్లమీద బండిలోనూ, రాత్రి మిమ్మల్నందరినీ తలుచుకునే అవకాశం ఉంటుంది. మిగతాదంతా గందరగోళం. ఈరోజు మీ ఉత్తరం రాకముందే నేను బయలుదేరాలి. అందుకే ప్రొద్దునే లేచి నీకు ఉత్తరం రాస్తున్నాను. ఇది రాయటం అయినాక స్నానం చేసి పరిగెత్తాలి. ఆరోజు సత్య పిల్లలని చూసాను. బొద్దు బొద్దుగా చిన్నవాళ్లు చాలా బాగున్నారు. చాలా ముద్దొస్తున్నారు. పెద్ద అక్క మాఘ ఏకాదశికి ముందే వెళ్లిపోతోంది. గగన్ వాళ్లు 10వ తేదీకి వస్తారు. అప్పుడు ఇల్లు సందడిగా ఉంటుంది. కరెంటు పని గగన్ ఇంట్లో అవుతోంది. తర్వాత కొన్ని రోజులకే మన ఖాళీ ఖాళీ (మీరు లేకపోవడం వలన) ఇంట్లో కూడా కరెంటు బల్బు వెలుగుతుంది.

నీ

కోల్ కతా రవి

జనవరి, 1901

(27)

ఛూటీ!

నిన్న సురేన్ ఇంటికి వెళ్లాను. అతనికి ఇప్పుడు కొంచెం నయంగానే ఉంది. ప్రతాప్ మజుమ్ దార్ అతనికి వైద్యం చేస్తున్నారు. రేపు అమావాస్య, అమావాస్య తర్వాత జ్వరం తగ్గుతుందేమో. అలా నిన్న బేలా, రేణుకలను కలకత్తా పంపించమని వదిన చెప్పింది. నాఇంట్లో వాళ్లకి ఏ ఇబ్బంది ఉండదు అని చెప్పింది. నువ్వు ఏమంటావు? పిల్లలకు రావాలని చాలా కుతూహలంగా ఉంది. రావాలని ఉత్సాహపడుతున్నారు. లేకపోతే నిరాశ అనిపిస్తుంది, వాళ్ల గురించి ఆలోచించే బాధ అనిపిస్తుంది. ఒక సెకండ్ క్లాస్ కంపార్ట్మెంట్ రిజర్వు చేసి రాణి, రథీ, బేలా వాళ్లని నగేంద్రతో పంపగలిగితే బాగుంటుంది. 9 మంగళవారం (మాఘ మాసం) ఇక్కడకు వచ్చి, ఏకాదశి మాఘ ఉత్సవం చూసి నీతూతో తిరిగి నీ దగ్గరకు వచ్చేస్తారు. వాళ్ళు ఏ ట్రైన్లో వస్తారని వదిన అడుగుతున్నారు. బండి పంపుతారు. వాళ్ళని పంపాలి అనుకుంటే టెలిగ్రాం పంపించు- అందకపోతే వాళ్లు రావడం లేదు అనుకుంటాను. బేలా రెండు మూడు రోజులు ఇక్కడ ఉంటే పర్వాలేదు అనుకుంటాను. నీకు ఎలా బాగుంటుందో అలాగే చేయి. నీకు ఒక మంచి కుట్లు, అల్లికలు వచ్చిన ఒక సేవిక (క్రిస్టియన్) దొరుకుతుందని, కావాలంటే చెప్పమని వదిన చెప్పారు. కావాలంటే చెప్పు, నెలకు ఎనిమిది రూపాయలు ఇవ్వాలి. నీకు అలాంటి సేవిక దొరికితే బాగానే ఉంటుందని నాకు అనిపిస్తుంది. కొద్ది రోజుల్లో మనం బోట్ లో ఉంటాము. తపసీ, నావ నడిపే వాళ్ళు- నీకు పని వాళ్ళకి లోటు లేదు. విపిన్, జమీదార్ కూడా ఉంటారు. హాయిగా పనులు అయిపోతాయి. దీపాలు శుభ్రం చేసే పని ఉండదు, నీళ్లు నింపుకోవలసిన పని ఉండదు, ఇల్లు తుడుచుకోవలసిన పని అవసరం

లేదు. స్నానం మాత్రం చేయాలి. అటూ-ఇటూ తిరగటం, నిద్రపోవటం అంతే. నిన్న అంత హడావుడిగా గడిచింది. ఈరోజు ఉదయం కూడ కొంతమంది కలిసి వచ్చారు. తర్వాత సంగీతం నేర్పటం, భోజనం తర్వాత నీకు ఉత్తరం రాయటానికి కూర్చున్నాను. ఇప్పుడు సంగీత సమాజం వాళ్ళు రిహార్సెల్ లోకి నన్ను తీసుకొని వెళ్లడానికి వస్తారు. నాలుగు గంటలు అక్కడ అరవటం. తర్వాత సురేన్ ను చూడటానికి బాలీ గంజ్ వెళ్తాను. అక్కడ నుండి సరళను తీసుకొని వచ్చి సంగీతం నేర్పే సరికి 9 గంటలు అయిపోతుంది. తర్వాత మళ్లీ సంగీత సమాజం వాళ్ళ రిహార్సల్ లో అర్ధరాత్రి అయిపోతుంది. చైతన్య భాగవతం తీసుకువచ్చాను, చూస్తున్నాను. బిపిన్ ఒక దుప్పటి కంబళి తీసుకువచ్చాడు. దుప్పటి ఎందుకు తెచ్చాడో అర్థం కాలేదు. రకరకాల పనుల హడావిడిలో నీకు ఉత్తరం రాస్తున్నాను. బాగా మనసుపెట్టి రాయలేకపోతున్నాను.

కోల్ కతా రవి

జనవరి, 1901

(28)

ఛూటీ !

నిన్న పుణ్యాహం గొడవతో నీకు ఉత్తరం రాయలేకపోయాను. నేను మొన్న శిలాయిదహ్ చేరాను. ఇల్లు చాలా ఖాళీగా అనిపిస్తోంది. ఇన్ని రోజులు ఏదో హడావిడిలో గడిచిపోయింది కదా ఏకాంతంగా ఇంట్లో విశ్రాంతిగా ఉందామని అనుకున్నాను. అందరితో ఉండి మళ్లీ ఏకాంతంగా ఉండటానికి మనసు ఇష్టపడదు. జీవిత మార్గంలో నడిచి అలసి, సొలసి ఇంటికి వస్తే నన్ను చూసి ఆనందపడే వాళ్ళు, సేవ చేసేవాళ్లు, ప్రేమించే వాళ్ళు ఎవరూ లేనప్పుడు మరీ ఒంటరిగా అనిపిస్తుంది. చదవాలనుకున్నాను. చదవలేక పోయాను. తోటలో అంతా చూసి ఇంటికి వస్తే కిరోసిన్ దీపంలో ఇల్లు మరీ ఖాళీ ఖాళీగా అనిపిస్తోంది. పైన అంతస్తులోకి వెడితే మరీ శూన్యంగా అనిపించింది. క్రిందకు వచ్చేసాను. దీపం వత్తి పెంచి చదవటానికి ప్రయత్నం చేసా, కాని వీలుగా లేదు. తొందరగా భోజనం చేసి నిద్రపోయాను. రెండో అంతస్తులో పశ్చిమం వైపు ఉన్న గదిలో నేను, తూర్పు గదిలో రథీ పడుకున్నాము. రాత్రి చాలా చలిగా ఉంది, బాగా కప్పుకోవలసి వచ్చింది. పగలు కూడా చలిగానే ఉంది. నిన్న మేళతాళాలతో ఉపవాసంతో పుణ్యాహం అనుష్ఠానం పూర్తయింది. సాయంకాలం కచేరీ సావిడిలో కీర్తన చేసే వాళ్ళు వచ్చారు. కీర్తనలు వింటూ రాత్రి 11:00 గంటలు అయింది.

నీ కూరగాయల తోట నిండిపోయింది. నీకు కొన్ని కూరగాయలు పంపుతాను. కొన్ని ఆనపకాయలు కోసి ఉంచాను. నీతూ పంపిన గులాబీ చెట్లు పూలతో నిండిపోయాయి.

జాజులు, మాలతీ, గోరింట పూలు అన్నీ బాగా పూసాయి. హోసు-ఓ-హోనా వికసించాయి. కాని వాసన లేదు. వర్షాకాలంలో సువాసన ఉండదేమో.

రెండు తాళాలు దొరికాయి. ఇంకో దరాజ్ తాళం కావాలి. దాంట్లో రథీ పుట్టిన తేదీ వివరాలు ఉన్నాయి. వాటితో జాతకం వేయించాలి. ఉత్తరం అందగానే పంపించు.

నీతూ ఎలా ఉన్నాడు? ప్రతాప్ బాబు రోజూ చూడటానికి వస్తున్నారు కదా. వివరాలు రాయి. సమయానికి మందు జాగ్రత్తగా ఇస్తూ ఉండు.

చెరువు నీటితో నిండిపోయింది. ఎదురుగా ఉన్న పొలంలో చెరుకు బాగా పొడవుగా అయిపోయింది. నాలుగు వైపులా పొలాలు, పంటలతో నిండిపోయాయి. పచ్చదనంతో నిండిపోయింది. పని వాళ్ళు అమ్మగారు ఎప్పుడు వస్తారు అని అడిగారు. రావని తెలిసి నిరాశ పడ్డారు.

శరత్ నుంచి ఏమైనా ఉత్తరం వచ్చిందా? అతని గురించి ఏమైనా సమాధానం తెలిసిందా? బేలా అతనికి తరచు ఉత్తరాలు రాసేటట్లు చూడు. ఏం రాయాలో తెలియక పోతే మన పూర్వకాలం పద్ధతిలో "శ్రీ చరణ కమలేషు" రాసినా సరిపోతుంది. పూర్వాచారం ప్రకారం నడిస్తే మంచిదే. ఇక్కడి నుండి ఏమైనా కావాలంటే రాయి. పెరుగు, చేపలు పంపుతాను.

శిలాయిదహ్,. రవి

1901

(29)

ఛూటీ!

పుణ్యాహం హడావుడి అయ్యాక రాయడం మొదలుపెట్టాను. ఏ అడ్డంకులు లేకుండా రాసుకోవడానికి అవకాశం దొరికితే, నీళ్ల నుండి బయటపడ్డ చేప మళ్ళీ నీళ్లలో పడితే దానికి ఎలా ఉంటుందో, నాకు అలాగే ఉంటుంది. జన సమర్ధం లేని ఈ చోటు నాకు ఆశ్రయం ఇచ్చింది. ఇల్లు, సంసారం సంబంధించినవి ఏదీ నాకు పట్టదు. నాతో శతృత్వం పెట్టుకున్న వాళ్ళని కూడా సహజంగా క్షమించాను. మనుషులు చుట్టూరా లేక మీకు ఎంత బాధగా ఉంటుందో నాకు తెలుసు. ఇప్పుడు నా భావాలు మీకు కొంత ఇవ్వగలిగితే నాకు సంతోషంగా ఉండేది. కానీ భావాలను దానం చెయ్యలేము కదా! కలకత్తా సందడి వాతావరణం వదిలి నేను ఇక్కడకు వచ్చినప్పుడు నీకు కొద్దిరోజులు చాలా ఖాళీగా అనిపిస్తుంది. నెమ్మదిగా అలవాటు అయినా మనస్సులో ఏదో వెలితే అనిపిస్తుంది. కానీ ఏం చేయను చెప్పు? కోలకత్తా గుంపుల్లో నా జీవితం నిష్ఫలంగా అనిపిస్తుంది. అందుకే నా స్వభావం అక్కడ సరిగ్గా ఉండదు. చిన్న- చిన్న విషయాలకు మనస్సు ఉద్విగ్నం అవుతుంది. అందరినీ క్షమించి, వ్యతిరేకతలను వదిలి మనస్సు ప్రశాంతంగా ఉండదు. అక్కడ రథీ చదువు కూడా సరిగ్గా జరగదు. అందరి మనస్సులూ చంచలంగా ఉంటాయి. ఈ ఎడబాటు/ శిక్ష నీకు తప్పదు.

నీవు స్వీకరించాల్సి వస్తుంది. ఎప్పుడైనా సామర్థ్యం కలిగితే వేరే ప్రాంతంలో చోటును ఎన్నుకోవచ్చు. కాని నేను ఎప్పటికీ మొత్తం శక్తినంతా సమాధి చేసుకుని అక్కడ ఉండలేను. ఆకాశం అంతా మబ్బులతో నిండిపోయింది. వర్షం మొదలైపోయింది. క్రింది గదిలో అద్దాల కిటికీ తలుపులు మూసుకొని వర్షం దృశ్యాలను చూసి ఆనందిస్తున్నాను.

అక్కడ పై అంతస్తునుంచి ఈ దృశ్యాలు చూడలేరు. నాలుగు వైపు పొలాల్లో చీకటిలో స్నిగ్ధ, నూతన వర్ష ధారలు మనోహరంగా ఉన్నాయి. మేఘ దూతం పైన ఒక వ్యాసం రాస్తున్నాను. వ్యాసంలో ఈరోజు దట్టమైన వర్షం యొక్క దృశ్యాన్ని చిత్రించగలిగితే, ఈ శిలాయిదహ్ పొలాలపై శ్యామల మేఘాల ఆవిర్భావం పాఠకుల మనస్సులో ఎల్లకాలం ఉండేట్లు చెయ్యగలిగితే ఎంత బాగుంటుంది. ఈ వ్యాసంలో అనేక రూపాల్లో, అనేక విషయాలు రాస్తున్నా- కాని ఈ మేఘాల విస్తారం, ఈ కొమ్మల కదలిక, ఈ అవిరళ ధారాప్రవాహం, ఈ పృథ్వీ, ఆకాశాల కౌగిలింతల కలయికలను కప్పే నీటి తెరలు - ఎలా రాయగలుగుతాను. ఈ నిర్జన ప్రదేశంలో జల-స్థల-ఆకాశాల మీద, దట్టమైన ఈ వర్షపు మేఘాలు ఎలా దిగి వచ్చాయి. ఇక్కడ నిష్క్రియ మేఘాలతో, ఎండలేని మధ్యాహ్నం అంధకారం కూడా అలుముకుంది. కానీ నా ఈ వ్యాసంలో దాని ఏ చిహ్నాన్ని కనిపించనీయలేదు. ఈ నిర్జనమైన ఇంట్లో ఎప్పుడు, ఎక్కడ ఏ విషయాలయినా మనస్సులో ఎక్కడ దాచుకున్నానో, ఎవరికీ తెలియదు. ఎవరూ తెలుసుకోలేరు. ఈ పెద్ద వాన తగ్గింది. ఈ ఉత్తరం పంపించడానికి చూస్తాను.

శిలాయిదహ్ రవి

జూన్, 1901.

(30)

ఛూటీ!

పుణ్యాహం చలాన్ (challan) ఈరోజు పంపాలనుకున్నాను. కాని కొన్ని రూపాయలు ఇవ్వాల్సినవి ఇచ్చే ప్రయత్నంలో పంపలేకపోయాను. నా మామిడి పళ్ళు అయిపోయాయి. కొన్ని పళ్ళు మళ్లీ పంపకపోతే ఇబ్బంది అవుతుంది. మా భోజనం సౌకర్యంగానే జరుగుతోంది. అందుచేత ఆరోగ్యం కూడా బాగానే ఉంది. వంట బ్రాహ్మణుడు శిలాయిదహ్ లో ప్రసిద్ధికెక్కిన లాల్ మోహన్ మిఠాయి చేసాడు. తినాలని బాగా అనిపించింది. కాని తినలేను. ఏ మిఠాయిలు తినకుండా ఉంటే ఆరోగ్యం బాగుంటోంది అనిపిస్తోంది. మిఠాయి తినగానే జీర్ణయంత్రం పాడైపోతుంది. కుంజ్ ను నేను తీసుకుని వచ్చేసాను. మీ భోజనం అది ఎలా చేసుకుంటున్నారు? ఇక్కడ కుంజ్ ఫటెక్ ఇద్దరితో ప్రశాంతంగా పని జరిగిపోతుంది. విపిన్ మేఘాల మంద్రస్వరం లేకపోవడం వలన శిలాయిదహ్ చాలా ప్రశాంతంగా ఉంది. పని అవుతోంది కాని ఆర్భాటం లేదు. అందువలన నాకు స్థిమితంగా ఉంది. విపిన్ ఉంటే ఎంతో పని ఒత్తిడిలో ప్రపంచమంతా అతలాకుతలం అవుతుంది. ఎవరికీ ఊపిరి తీసుకునే సమయం ఉండదు. అన్ని పనులు నిశ్శబ్దంగా, నియమానుసారంగానే కావాలి, ఆర్భాటం ఎక్కువ ఉండకూడదని నా కోరిక. కొంచెం ఏర్పాట్లు తగ్గినా పర్వాలేదు కాని సన్నాహంగా అయిపోతే బాగుంటుంది. ఈ పెద్ద-పెద్ద ఏర్పాట్లు గొడవ ఉండదు. అందుకే ఒంటరిగా ఉంటే సుఖమని ఒప్పుకోవాలి. వేరే గొడవలు ఏమీ ఉండవు. నేను ఉన్నంత ప్రదేశంలో ఏ గందరగోళం లేదు. అందుకే చాలా తేలికగా ఉన్నట్లు అనిపిస్తుంది. ఈ మధ్య నా దగ్గర మనుషుల చికాకులు, అరుపులు, పెడబొబ్బలు లేవు. ఈ సమయం నాకు ప్రశస్తమైన

అవకాశం అనిపిస్తోంది. ఉదయం రెండు మామిడి పండ్లు తింటాను, మధ్యాహ్నం అన్నం, సాయంకాలం రెండు మామిడి పళ్ళు, రాత్రి వేడి పూరీ, భుజియా. సమయానికి మామూలు భోజనం చేస్తే ఆకలి సరిగ్గా వేస్తుంది. తిన్నాక తృప్తిగా ఉంటుంది. అప్పుడప్పుడు మందులు వాడవలసి వస్తుంది. ఎలాగో జీవిత యాత్రను సాధారణంగా గడపడంలోనే, సుఖ-శాంతులు ఉంటాయి. లేకపోతే గందరగోళాలు, హంగామా, లెక్కలు-పద్దులు-మన మీద అధికారం చలాయిస్తాయి. విశ్రాంతి కావాలని కోరుకోవడమే విశ్రాంతి పొందటానికి అడ్డు అవుతుంది. బయట పనులను కుదించుకొని, మనస్సును సాధనలో కట్టుదిట్టం చేసుకోవడమే మానవుని సాధన. చిన్న-చిన్న వాటితో జీవితాన్ని భారాక్రాంతం చేసుకుంటే ముఖ్యమైన వాటికి సమయం ఉండదు. ఈ చిన్న విషయాల వలనే జీవితం మార్గం అగమ్యమై అందరితో ఘర్షణ పడే పరిస్థితులు వస్తాయి.

నా మనః ప్రాణాలు ఎప్పుడూ ఒక రకమైన ఆభావాన్ని (లోటుని) కోరుకుంటాయి. ఆకాశం, వాయువు, ప్రకాశాలు శూన్యం కాదు. ఇల్లు, సామాన్లు, ఏర్పాట్లు, ప్రయత్నాలలో, ఆడంబరం, ఉండకూడదని ఆహారంలో, వస్త్రధారణలో, ఆచార-వ్యవహారాల్లో అన్నింటిలోనూ సహజంగా, సరళంగా, పరిమితంగా, పరిశుభ్రంగా, సంయమనంతో- నాలుగు వైపులా సహజంగా, శాంతిగా, స్వల్పంగా కావలసినవి ఉండాలని అనిపిస్తుంది. డ్రాయింగ్ రూమ్ లేకుండా, డైనింగ్ రూమ్ లేకుండా, జమీందారీ ఆడంబరం లేకుండా, బల్ల, దానిమీద మామూలు పడక ఉండాలి. శాంతి సంతోషాలు ఉండాలని, ఎవరితో ప్రతిస్పర్థ, విరోధం లేకుండా ఉండాలని. అప్పుడే జీవితాన్ని సఫలం చేసుకోవడానికి సమయం దొరుకుతుంది. మరి వెళ్ళనా, స్నానానికి.

శిలాయిదహ్, రవి

1901.

(31)

ఛూటీ!

ఇక్కడ చాలా వేడిగా ఉంటోంది. నా ఆరోగ్యం బాగానే ఉంది కాని రాత్రి సరిగ్గా నిద్ర పట్టడం లేదు. రాత్రి చాలాసేపు నిద్రలేక వెన్నెలలో కూర్చొంటాను. మంచు అసలు పడటం లేదు. నిన్న కూర్చున్నప్పుడు ఈ డాబా మీద నువ్వు హృదయ విదారకరమైన దుఃఖంతో ఎన్నో సాయంత్రాలు, రాత్రులు గడిపావు. ఆ బాధాకరమైన అనేక స్మృతులు ఈ డాబాతో ముడిపడి ఉన్నాయి. నువ్వు కూడా అర్ధరాత్రి ఈ డాబా మీద వెన్నెలలో వచ్చి కూర్చుంటే మళ్ళీ నీ మనస్సు నీ కళ్ళంతా నీళ్లు నిండిపోతాయి. ఇప్పుడు నాకు ఈ ప్రపంచం ఒక మరీచికలా అనిపిస్తుంది. ఏదైనా బాధాకరమైన విషయం గుర్తుకు వస్తే వెంటనే తర్వాత తామరాకు మీద నీటి బొట్టులా జారిపోతుంది. ఒక 100 సంవత్సరాలలో మన సుఖ-దుఃఖాలు, మన ఆత్మీయత, మన ఇతివృత్తం అంతా ఎక్కడో విలీనం అయిపోతుంది అనిపిస్తుంది. ఇదే కాక ఈ నక్షత్ర లోకం చూసినప్పుడు అనంత లోకానికి ఇది సాక్ష్యీ భూతంగా అనిపిస్తుంది. నేను దాని ఎదురుగా మనస్సును లగ్నం చేసినప్పుడు ఈ క్షణికమైన సుఖ-దుఃఖాలు, మన అతి క్షుద్రమైన జీవితమూ ఒక సాలెగూడులాగా ఛిన్నా భిన్నం అయి ఎక్కడ విలీనమై పోతుందో తెలియదు. మళ్లీ మనకు కనిపించదు.

నీ

శిలాయి దహ్ — రవి

1901

(32)

ఛూటీ!

కుష్టియా చేరుకున్నాను. వెళ్లాక ఒక విషయంలో చాలా నిరాశ కలిగింది. ఇక్కడకు వచ్చి బావమరిదిని అయితే చూశాను. కానీ అతని భార్యను చూడలేకపోయాను. నిన్న ఆమెను కాశీ పంపించి కుష్టియా నగరంలో అతను నిశ్చింతగా ఉన్నట్లు ఉంది. ఆమె మంచం, దుప్పటి అలా పడున్నాయి. గూటిలో చాలా మాసిపోయిన బట్ట వేలాడుతోంది కాని పాపం ఆమె లేదు.

మీ అమ్మగారు వాతంతో బాధపడుతున్నది. శిలాయిదహ్ లో ఆమె బాగానే ఉండేది. కుష్టియా వచ్చాక ఆమెకు వాత రోగం వచ్చింది. కానీ కినూరామ్ ఆరోగ్యం, కళగల ముఖం చూసి నాకు తృప్తిగా అనిపించింది. అతడు ఏదో చెప్పాలని మాటి-మాటికీ నా దగ్గరకు వస్తున్నాడు, అటు- ఇటు తిరుగుతున్నాడు. కానీ నేను ఉత్తరం రాస్తుండటం చూసి వెనక్కి వెళ్ళిపోతున్నాడు. స్టీమరు గురించి వేచి ఉన్నాను. సాయం కాలానికి శిలాయిదహ్ వెళ్ళిపోతాను.

కలకత్తా కొత్త ఇంట్లో పుస్తకాల అల్మారా తాళం ఎవరి దగ్గర ఉంది? దాంట్లోంచి నాకు కొన్ని పుస్తకాలు కావాలి.

నిన్న రాత్రి కలకత్తాలో పెద్ద తుఫాను. నా ప్రయాణం మాట ఏం చెప్పను. ఇక్కడ మూడు నాలుగు రోజుల నుండీ వర్షం లేదు. చాలా ఎండగా ఉంది. బాగా వేడిగా ఉంది. శిలాయిదహ్ వెళ్లాక మురుగునీటి వలన ఎంత దుర్వాసన వస్తుందో చూడాలి.

మీ అమ్మకి శలగమ్ ఇచ్చేశాను. సత్యకు కూడా ఇచ్చాను. మనీషా వాళ్ళు ఈ పాటికి బోల్ పుర్ వెళ్లిపోయి ఉంటారు. మీ అందరూ చాలా సందడిలో ఉండి ఉంటారు.

మృణాళినీ దేవి

బాగా అటూ-ఇటూ తిరుగుతున్నారా? మనిషా తో మీకు బట్టలు, మిఠాయిలు, పళ్ళు జగన్నాథ్ పంపించి ఉంటాడు అనుకుంటాను.

ఈరోజు భోజనం చాలా ఎక్కువ అయిపోయింది. మీ అమ్మ వదల్లేదు తినేదాకా. చాలా రోజుల తర్వాత బలవంతంగా చేపల పులుసు తిన్నాను, అసలు బాగా అనిపించలేదు. ఇక్కడ ఒక వంట బ్రాహ్మణుని కుదుర్చుకున్నాను. రోజుకు ఒక రూపాయి ఇవ్వాలి. కొద్ది రోజులే ఉండాలి కాబట్టి ఎక్కువ జీతం ఇవ్వాల్సి వస్తోంది. బ్రాహ్మణ సంతానం అయి ఉండి విపిన్ చేతి వంట ఎలా తినాలి? రథీ చదువు విషయంలో ఏ మాత్రం అజాగ్రత్త పనికిరాదు. నీవు ప్రత్యేక శ్రద్ధ తీసుకోవాలి ఇక... ఉంటాను.

నీ

కుస్టియా-శిలాయి దహ్ మార్గంలో, రవి

1901.

(33)

ఘూటీ!

అల్లుడి ఇంటికి వచ్చి నేను నా దుస్తులు మొదలైన వాటి గురించి ఎంత జాగ్రత్త తీసుకున్నానో నా కూతురుని అడుగు. ఢాకా ధోతీ, కండువా లేకుండా అసలు గుమ్మం కదలలేదు. నేను శరత్ మామ గారిని అని, బంగదర్శన్ సంపాదకుడని, బ్రహ్మసమాజ కర్త-ధర్త గౌరవింపదగిన మాన్యుడైన రవీంద్రనాథ్ ఠాకూర్ అని అందరికీ తెలుసు. నా వస్త్రధారణ వాళ్లు సునిశితంగా చూసారు. ప్రతిరోజు గుంపులు, గుంపులుగా బంగసమాజం వాళ్ళు నన్ను చూడటానికి వస్తున్నారు. శరత్ ఇంట్లో ఇరుకైపోతుంది. నేను ఢాకా నుంచి వచ్చేద్దామనుకుంటున్నాను. లేకపోతే జన సంగమం ఆగేట్టు కనిపించడం లేదు. ఈ గుంపులు చూసి పాపం శరత్ భయపడ్డాడు. ఈ నా దుర్గతికి నీ మూలానే, నీ సలహా వలనే నగలు పోయాయి. నీ సలహా ఇక పాటించవద్దని అనుకుంటున్నాను. మన హిందూ శాస్త్రాలలో రాసి ఉందికదా. స్త్రీ బుద్ధి ప్రళయకారీ. శాస్త్ర కారుల భార్యలు కూడా పాపం వాళ్లచేత ఢాకాయి వస్త్రాలు బలవంతంగా ధరింప చేసేవాళ్లమో.

బేలా స్థిమితపడి ఇప్పుడు తన సంసారం నడుపుకుంటోంది. కొన్ని రోజులు ఇల్లు అలంకరించుకోవటం వాటితో తన సమయం బాగా గడిచిపోతుంది. తన శంఖాలు, నత్త గుల్లలు అన్నీ బయటకి తీసింది. తన డ్రాయింగ్ రూమ్ తనకి నచ్చింది. బేలా, శరత్ "కుమార సంభవం" సాయంకాలం చదువుకుందామని ఇద్దరూ నిర్ణయించుకున్నారు. కాని చదువు ఎంత ముందుకు సాగుతుందో నాకు సందేహమే.

మృణాళినీ దేవి

ఈరోజు ఎండ రావటం వలన నాలుగు దిక్కులు ఉత్ఫుల్లంగా కనిపిస్తున్నాయి. మొదట రెండు రోజులు మబ్బులు వచ్చాయి కాని వేడిగానే ఉంది. కొత్త ప్రదేశం, కొత్త సంసారం, వెలుగులో లేక, వేడిమితో మనస్సు ఆహ్లాదంగా ఉండదు. ఈరోజు సూర్యకాంతితో వాతావరణం అంతా ప్రసన్నంగా అనిపిస్తోంది. ఆశ్చర్యం ఏమిటంటే ఈ పెళ్లికి మొదట నుంచీ చివరి వరకూ కొంచెం ఒడిదుడుకులు వస్తూనే ఉన్నాయి. తర్వాత అంతా బాగా జరిగిపోయింది. నీకు గుర్తు ఉందనుకుంటాను. రైలు రిజర్వేషన్ చేయిస్తున్నప్పుడు ఏమయింది? ఇంటి నుండి బయలుదేరేటప్పుడు ఎంత పెద్ద వర్షం పడింది. త్రోవలో తగ్గిపోయింది. వాళ్ళిద్దరి జీవితంలో కూడా విఘ్నాలు, ఆపదలు, అశాంతి, మనస్పర్ధలు ఎప్పుడూ ఉండకూడదని భగవంతుని ప్రార్థిస్తున్నాను.

శరత్ ని నేను చూస్తున్న కొద్దీ మంచివాడు అనిపిస్తున్నాడు. అతని దగ్గర ఆడంబరం లేదు. చాలా సహజంగా అన్ని పనులు చేసుకుంటూ ఉంటాడు. అతని సంకోచ స్వభావం అతని గుండె నిబ్బరానికి నిదర్శనం.

బేలాని చాలా ప్రేమిస్తాడు. మునుముందు కూడా ప్రేమిస్తూనే ఉంటాడు అనటానికి నాకు ఏ సందేహం లేదు. అతనిలో చాలా గుణాలు ఉన్నాయి. సంపాదనపరుడు, శ్రమ పడే గుణం, దృఢ సంకల్పం ఉన్నవాడు, బద్ధకం లేనివాడు. కాని జాగ్రత్త లేదు. డబ్బు విషయంలో జాగ్రత్త లేనివాడు. సందేహాలు లేనివాడు. ఎక్కడ అంటే అక్కడ వస్తువులు వదిలేస్తాడు, మర్చిపోతాడు .సామాను పోయినా కూడా ఎవరినీ సందేహించడు. అతను పురుషులలాగే కష్టపడి పనిచేస్తాడు. అలాగే సంపాదించిన లెక్క పత్రం ఉండదు. అందుకే నాకు మరీ నచ్చుతాడు. ఇంకో అతని స్వభావం శరత్ కు పూర్తిగా వ్యతిరేకం. అతనికి లెక్కలు ఎక్కువ, ఆడవాళ్లలా ప్రతీ చిన్న విషయం మీద దృష్టి పెడతాడు. జాగ్రత్త పెట్టుకోవటం మాటలు వ్యవహారం అన్నీ తెలుసు. కాని అతనిలో సహృదయత తక్కువ. శరత్ ప్రదర్శన చేయడు. కాని అందరూ అతనిని ఇష్టపడతారు. శరత్ బాబు లాంటి

పాప్యులర్ వ్యక్తి ముజఫర్ పుర్ లో ఎవరూ లేరని అంటూ ఉంటారు. .... స్త్రీల మీద అతని ఎంత ప్రభావం పడినా శరత్ లో పురుషోచిత ఔదార్యం, ఆడంబరం లేని సరళ ప్రభావం, ఆంతరిక సహృదయత అతని కంటే వందరెట్లు ఎక్కువగా ఉంది. శరత్ నా మనస్సుకి నచ్చాడు. అలాంటి పిల్లవాడు దొరకడం అదృష్టం. చాలా గంభీరంగా అనిపిస్తాడు.

కాని మనస్సులో చాలా హాస్యరసం ఉంది. బేలా తో, తన మిత్రులతో హాస్య ధోరణిలో మాట్లాడతాడు. ఈ రోజులలో మగపిల్లలాగా కాక గంభీరంగా ఉంటాడు. ఏమైనా కానీ నువ్వు శరత్ విషయంలో నిశ్చింతగా ఉండవచ్చు. అతనిని పూర్తిగా నమ్మవచ్చు. ఇలాంటి అల్లుడు దొరకడం అదృష్టం. అతని జీవితంలో మంచి ప్రగతి సాధిస్తాడని కూడా నమ్మకం. బేలా తను భర్తకి అనుకూలంగా యోగ్యురాలయితే నాకు సంతోషం. అమావాస్య వెళ్ళిపోయింది. నీలూ గురించి మనస్సు ఉద్విగ్నంగా ఉంది. ఈ ఉత్తరానికి జవాబు రాయనక్కర్లేదు. నా ఉత్తరాలు, కాగితాలు పుస్తకాలు ఇక్కడకు పంపనక్కర్లేదని వాళ్ళకి చెప్పు. బహుశా నేను ఎల్లుండి ఇక్కడి నుంచి బయలుదేరి బోల్ పుర్ మీదుగా ఇల్లు చేరతాను. నా ఉత్తరం బోల్ పుర్ ఎడ్రసుకు పంపు.

నీ

ముజఫర్ పుర్ రవి

జూలై 1901.

(34)

ఛూటీ!

బేలాని దింపి వచ్చాను. మీరు ఊహించినట్లే కాదు. బేలా చాలా సంతోషంగా ఉంది. కొత్త సంసారం తనకి నచ్చింది. దాంట్లో సందేహం లేదు. ఇప్పుడు మనం తనకి అంత అవసరం లేదు. వివాహం తర్వాత తల్లిదండ్రులకు దూరంగా భర్తతో పూర్తిగా కలిసిమెలిసి గడపటానికి పుష్కలంగా సమయం దొరకాలని నాకు అనిపిస్తుంది. ఈ కలయికలో తల్లితండ్రులు వాళ్ళ మధ్య ఉంటే కొంత వ్యవధానం ఏర్పడుతుంది. పుట్టింట్లో భర్త ఇంటిలోని అలవాట్లు, అభిరుచులు అవీ ఒకలాగా ఉండవు. కొంత తేడా ఉంటుంది. అలాంటప్పుడు తల్లిదండ్రులకు దగ్గరగా ఉంటే ఆడపిల్లలు పుట్టింటి (తండ్రి ఇంటిలో) అలవాట్లను పూర్తిగా మరిచిపోయి, భర్తతో పూర్తిగా కలవలేక పోతారు. ఇవ్వాలి అంటే పూర్తిగా ఇచ్చేస్తే నయం కదా! పుత్రిక, సుఖము, క్షేమాల గురించి ధ్యాస ఉండాలి. అదే మన కర్తవ్యం కూడ. మన సుఖ-దుఃఖాల గురించి ఆలోచిస్తూ, భర్త ఇంటి బంధాన్ని ఆమెకు బరువుగా అనిపించేటట్లు చేయడం అవసరమా? బేలా సుఖంగా ఉందని అనుకుంటూ ఆమె వియోగ దుఃఖాన్ని శాంత పరచుకునే ప్రయత్నం చేయి. వివాహం తర్వాత కూడా మనం వాళ్ళిద్దరి చుట్టూ ఉంటే, దానికి మంచి ఫలితం ఉండదని నా గట్టి అభిప్రాయం. దూరంగా ఉంటే ప్రేమ ఇనుమడిస్తుంది.

దుర్గాపూజ అప్పుడు వాళ్లు ఇక్కడికి వచ్చినా, మనం వాళ్ళింటికి వెళ్లినా ఎక్కువ సంతోషం కలుగుతుంది. ఇలా ప్రేమలో కొంత సమయం దూరంగా ఉండటం, కొంత స్వాతంత్ర్యం అవసరం. ఎవరైనా సరే పూర్తిగా చుట్టూ ఉంచుకునే ప్రయత్నం అంత మంచిది కాదు. రాణి కూడా వివాహం అయిన తర్వాత దూరం వెళ్ళిపోతుంది. తనకు

మంచి జరుగుతుంది. పెళ్లి అయిన తర్వాత రెండు సంవత్సరాలు మన దగ్గర ఉంటుంది. యుక్త వయసు రాగానే తన మంచికే రాణిని దూరం పంపించవలసి వస్తుంది. విద్య, అభిరుచులు, అలవాట్లు, భాష, భావాలు వేరే వంగ కుటుంబాల కన్నా మన కుటుంబాలలో భిన్నంగా ఉన్నాయి. అందు చేత మన అమ్మాయిలు దూరంగా వెళ్లడం అవసరం. లేకపోతే కొత్త కుటుంబ వ్యవస్థలో చిన్న- చిన్న విషయాలకి సంబంధించిన మనస్తాపం వలన భర్త మీద గౌరవము మొదలైనవి తగ్గుతాయి. మన ఇల్లు వదిలేసాక దానిలో మార్పు వస్తుందని దాని స్వభావం దృష్ట్యా అనుకుంటున్నాను. మనతో కలిసి ఉన్నంతకాలం ఇక్కడి అసోసియేషన్ కి దూరంగా ఉండలేదు. నీ విషయమే ఆలోచించు. నేను మన వివాహం అయిన తర్వాత పూల తల (ప్లేస్) లో మీ ఇంట్లో ఉంటే నీ స్వభావం, ప్రవర్తన వేరేగా ఉండేది. పిల్లల మంచి గురించి మన సుఖ-దుఃఖాలను మరిచిపోవాలి. వాళ్లు మన సుఖం గురించి జన్మించలేదు.

వాళ్ల జీవిత సార్ధకత వాళ్ళ మంగళమయ జీవితమే. అదే మన జీవితానికి కూడా అత్యంత సుఖదాయకము. నిన్న అంతా బేలా చిన్నప్పటి జ్ఞాపకాలే. తనని చాలా జాగ్రత్తగా నా చేతులతో పెంచాను. తలగడలో దూరి ఎంత అల్లరి చేసేది. తన వయసు పిల్లలతో ఒక్కోసారి కోపం, ఒక్కోసారి తన వస్తువుల పట్ల లోభంతో ఉండేది. కాని మనస్సు చాలా మంచిది. పార్క్ స్ట్రీట్ ఇంట్లో నేను స్నానం చేయించేవాడిని. డార్జిలింగ్ లో రాత్రి చాలా సార్లు పాలు వేడి చేసి తాగిస్తూ ఉండే వాడిని. తన పట్ల మొదటిసారి వాత్సల్యం కలిగిన రోజులు మాటి-మాటికి గుర్తు వస్తున్నాయి. కాని ఇవన్నీ తనకు తెలియవు, తెలియకపోవటమే మంచిది. ఏ కష్టం లేకుండా కొత్త ఇంట్లో కలిసి-మెలిసి భక్తి ప్రేమలతో, స్నేహానురాగాలతో సంసారంలోని కర్తవ్యాలను నిర్వహిస్తూ తన జీవితాన్ని పరిపూర్ణత చేకూర్చుకోవాలనే మనం నిరంతరం కోరుకోవాలి. మన మనస్సులో ఏ రకమైన దుఃఖం ఉండకూడదు.

మృణాళినీ దేవి

ఈరోజు శాంతినికేతన్ చేరి శాంత సాగరంలో మునిగిపోయాను. ఇక్కడికి రావటం ఎంత అవసరమో ఇక్కడికి వచ్చాక కానీ తెలియదు. అనంత ఆకాశంలో ఒంటరిగా వాయువు, ప్రకాశంతో నన్ను కమ్ముకొని ఆది జనని ఒడిలో స్తనపానం చేస్తున్నాను.

నీ

శాంతినికేతన్, రవి

జూలై 1901.

(35)

ఛూటీ!

త్రోవలో అనేక విఘ్నాలను దాటుకుంటూ నేను ఇక్కడ చేరుకున్నాను. మొదట రెండు రోజులూ ఎదురుగాలితో నావ కదలటమే కష్టం అయిపోయింది. నెమ్మదిగా నడుపుతూ నీటితో నిండిన విశాల ప్రదేశం చేరుకున్నాము. అది బిల్ కాదు అనిపిస్తుంది. నీకు తెలుసా! నాల్గు వైపులా లోతుగా నీరుతో నిండి సముద్రమా అనిపిస్తోంది. మధ్య మధ్యలో ధాన్యంతో నిండిన పొలాల మొక్కల తలలు కనిపిస్తున్నాయి. అక్కడక్కడా గ్రామాలు ద్వీపాల లాగా నీటి మధ్యలో తలలు ఎత్తినట్లు కనిపిస్తున్నాయి. ఆవులు మేయటానికి కూడా చోటు లేదు. మనుషులు కదలటానికి యే ఉపాయం లేదు. డోంగీ (నీటిలో కదలగలిగిన చిన్న నావ లాంటిది) లో ఒక ఊరి నుంచి ఇంకొక ఊరికి వెళ్లాల్సి వస్తుంది. బోల్ పూర్ లో ఉండి మీరు ఈ దృశ్యాన్ని ఊహించలేరు. అక్కడక్కడా కమల పుష్పాలు, వాటి కాడలు కూడా కనిపిస్తున్నాయి. నీళ్లలో నల్లని తెప్పలు, వాటి నెత్తిమీద చేపలు తినటానికి ఎగిరే గ్రద్దలు, సంధ్యా సమయంలో నాల్గు వైపులా నిండిన ఒడ్డు లేని నీళ్లను చూస్తున్నప్పుడు మనస్సులో ఒక రకమైన దిగులు నిండిపోతుంది. సముద్రం నీళ్లలో ఒక గంభీరమైన ధ్వని, కెరటాలతో ఒక విచిత్ర కదలిక ఉంటుంది. కాని ఇక్కడ ఏమీ లేదు. నాల్గు వైపులా నిశ్శబ్దం. దాని మధ్య ఈ చిన్న నావ కదలిక, చిన్నగా నీరు కదలిక ధ్వని తప్ప ఏమీ లేదు. కొద్దిగా వెన్నెల ఇక్కడ పడినప్పుడు ఒక నిర్మానుష్యమైన మృత్యులోకంలో నేను ఉన్నట్లు అనిపిస్తుంది. దీపం ఆర్పేసి వాలు కుర్చీలో వెన్నెలలో మౌనంగా కూర్చొన్నప్పుడు ఈ విశాల జలరాశి నా హృదయం పూర్తి శాంతితో నింపేస్తుంది. మొన్న ఈ ప్రదేశంలో వచ్చిన దిశ వైపు నుండి మేఘాలు కమ్మి తుఫానులా

వచ్చింది. అదృష్టం వలన అప్పుడు నావ వరి పొలంలో ఉండి మట్టిలో ఇరుక్కుని అక్కడే ఉండిపోయింది. తుఫాను ఆగిన తర్వాత కష్టం మీద నావ నడిచింది. కాని కొంచెం దూరం వెళ్ళాక మళ్ళీ తుఫాను వచ్చింది. ఇక్కడ కూడా ఒక అందమైన ప్రదేశంలో నావ ఆపుకునే అదృష్టం కలిగింది. లేకపోతే ఆ గాలివాన మమ్మల్ని ఎక్కడికి తీసుకు పోయేదో. ఇక్కడికి రాగానే నేను కోర్టులో హాజరుకావాలనే వార్త తెలిసింది. రేపు మళ్లీ బయలుదేరాలి. కలకత్తాలో అనేక రకాలైన జంజాటనలతో నీకు ఉత్తరం రాయడానికి అసలు తీరిక దొరకదు. అందుకే ఇక్కడి నుంచే రాస్తున్నాను. నేను ఆ నీళ్లలో ఆ నిర్జన ప్రదేశాల్లో ప్రశాంతంగా ఉండటం వలన కొంత ఆరోగ్యం కుదుటపడింది. నా జీర్ణశరీరాన్ని బాగు చేసుకోవాలి. అంటే ఒంటరిగా నీళ్ల మీద ఆత్మస్మరణ తప్ప మార్గం కనిపించుట లేదు. రాస్తుండగానే మళ్లీ తుఫాను వచ్చేటట్లు ఉంది. పడవ వాళ్ళు హడావుడి పడుతున్నారు. కలకత్తా చేరాక మీ సమాచారం తెలుస్తుందనుకుంటాను.

కాలిగ్రామ్1901.

నీ

రవి

(36)

ఛూటీ!

శిలాయిదహ్ వచ్చినప్పుడు మనస్సు చాలా కలవరంగా ఉంటుంది. ఏది వదిలి వెళ్లాల్సి వస్తుందో అదే చాలా అందంగా ఉంటుంది. ఇదే మన వ్యామోహం. శిలాయిదహ్ లో మన సుఖ-దుఃఖాలు, జ్ఞాపకాలు ముడిపడి ఉన్నాయి. కాని ఆనందం ఎక్కువగా అనిపిస్తుంది. ఇప్పుడు శిలాయిదహ్ అంత బాగా లేదు. అంతా మంచుమయంగా ఉంది. పొద్దున 8 గంటల వరకు మంచు వ్యాపించి ఉంటుంది. సాయంకాలం మంచు కురుస్తుంది. నూతుల్లో చెరువుల్లో నీరు పాడయి పోయింది. నాల్గు వైపులా మలేరియా వ్యాపించి ఉంది. మనం సరైన సమయంలో శిలాయిదహ్ వదిలి వెళ్ళాము. లేకపోతే పిల్లల ఆరోగ్యం పాడయి బాధపడే వాళ్ళం. బోల్ పూర్ ఇక్కడికంటే శుభ్రంగా ఉంటుంది. ఆరోగ్యంగా ఉండే వాతావరణం, గులాబీలు.... విరసాయి, లెక్కపెట్టలేనంతగా పెద్ద-పెద్ద గులాబీలు, మ్రి చెట్టు పూల సుగంధాలతో నలుదిశలు నిండిపోయాయి. శిలాయిదహ్ నీ పాత బంధువు కదా, ఈ ఉత్తరంలో కొన్ని మ్రి పూలు నీకు పంపిస్తున్నాను. ఇక్కడ నుండి పెసలు, బెల్లం బాక్స్ పంపాను. అందింది కదా! పెసలు అవీ స్కూలుకి, శనగలు పంట వచ్చాక పంపుతాను.

నేను రథీని ఉన్నతమైన జీవితం పొందటానికి తయారు చేయాలనుకుంటున్నాను. నియమాలు, సంయమనం గురించి విపరీతంగా సాధన చేయాల్సి ఉంటుంది. అతడు దేనిని ఉల్లంఘించకుండా దృఢత్వంతో తన సాధన చేస్తే మంచి మనిషి అవుతాడు. చిన్నప్పటి నుంచీ మన కోరికలు తీర్చుకోవడంలోనే మనస్సు లగ్నం చేస్తాము. మంచి ఆదర్శాలు, మానవత, పరమార్థ తత్వము కాక ప్రేమ, శ్రేయస్సు కంటే కూడా కోరికలు

గొప్పవని తలిచాము. ఏ పరిస్థితిలోనూ ఎవరి ఎదుట కూడా పరాజయం స్వీకరించలేదు. ఈ క్రమంలో పనులలో కష్ట-నష్టాలు కలిగించి, వ్రత భంగం చేసుకొని, పెద్దవాళ్లు మనస్సుకు బాగా కష్టపెట్టినా కూడా మన తుచ్ఛమైన కోరికలను కొంచెం కూడా తగ్గించు కోలేకపోతాము. మన కోరికల విజయం పొందడం ఈ రకంగా అయితే అది మన ఓటమి కాదా! దీంట్లో అహంకారం తప్పితే వాస్తవికంగా సుఖం లేదు.

మన వల్ల ఏమి జరిగిందో దానిని ఇప్పుడు వెనక్కి వెళ్లి సరిదిద్దుకునే అవకాశం లేదు. కాని పిల్లల్ని మన చేతులతో వారి శ్రేయస్సు గురించి ఈశ్వరుని చేతుల్లో పెట్టదలుచుకున్నాను. వీళ్ళ ఐశ్వర్య గర్వము, ఎన్నో కోరికలు, స్వభావంలో దుడుకుతనము, అనేక రకాలైన ఆకర్షణలనుండి దూరంగా ఉంచి వీళ్ళని శ్రేయోభిముఖంగా మంచి వ్యక్తిత్వాలతో నింపుదాము. మన విశృంఖలమైన కోరికలను గట్టి సంయమనంతో అధిగమించాలి. ఈశ్వరుని నిగూఢమైన ధర్మ నియమాలను ఆలోచిస్తూ సహచరిద్దాము. మన అహంకారం విజయం పొందటానికి ప్రయత్నించరాదు. ఆ తర్వాత కూడా నేను సఫలీకృతుడను కాకపోతే నా జీవితం నిష్ఫలం అయింది అనుకుంటాను.

శిలాయిదహ్ . రవి

1901

సంస్మరణ

రవీంద్రనాథ్ ఠాకుర్

(1)

ఈ ప్రభాత వేళ నా శాంత నయనాలు
నిద్రలేమితో కలవర పడుతున్నాయి.
వ్యథాశయ్యపై మెలుకువతోనే
రాత్రి గడిచిపోయింది, తెల్లవారి పోయింది.
నా శరీరం, నా హృదయం
ఇప్పుడే లేచిన చల్లని పిల్లగాలులతో
ఇప్పుడే వికసించిన పుష్ప లేపనంతో
ఈరోజు కూడా సహచరులే లేకపోయారు.
ఈరోజు నా నుంచి
నా ఉదయాన్ని చాటుగా తీసుకెళ్లు.
ఈ ఆటపాటలు, కలయికల కాంతుల నుండి
ఈరోజు నన్ను దూరంగా తీసుకెళ్లు.
ఈ ప్రభాత జగత్తు నుంచి దూరం చేసి
నన్ను కరుణాంధకారంలో దాచేసెయ్యి.
నీ భుజాల స్నేహ సూత్రంతో
నా ఉదాసీన హృదయాన్ని బంధించు.

***

(2)

ఆమె నా దగ్గర/ నాతో ఉన్నప్పుడు

మళ్ళీ-మళ్ళీ నాకు ఎన్నో ఇచ్చింది.

దానికి ప్రతి దానం

ఇచ్చే అవకాశమే లేదు.

ఆమె రాత్రి, ప్రభాతవేళ అయిపోయింది.

హే ప్రభూ! నువ్వు ఆమెను అందుకున్నావు.

నీ చరణాలపైనే ఇప్పుడు

నా కృతజ్ఞతా కానుకలను సమర్పిస్తున్నాను/

నా వలన జరిగిన తప్పులు, నా దోషాలు

నా తప్పిదాలు, ఆమె పట్ల,

నీ పాదాల మీద పడి, వాటికి

నీతో క్షమాపణ అడుగుతాను.

ఆమెకు ఇవ్వవలసినవి, ఇవ్వలేకపోయాను.

ఆమెకు నేను అర్పించాలని కోరిక

ఈ ప్రేమ మాలను

నీ పూజా పళ్లెంలో పెడతాను.

***

(3)

నా ప్రేమ మూర్తి ద్వారం తెరుచుకొని వెళ్లిపోయింది.

ఆమె ఇక రాదు.

ఇప్పుడు ఆ ఒక్క అతిథి రావాలి.

అతనితోనే ఆఖరి పరిచయం.

అతను ఒక రోజు వచ్చి దీపం ఆర్పేస్తాడు.

నన్ను రథం మీద ఎక్కించుకుంటాడు.

నన్ను ఇంటి నుంచి తీసుకువెళ్తాడు.

ఇల్లే లేని

ఏదో గ్రహ నక్షత్రాల మార్గంలో...

అంతవరకూ ఒంటరిగా తలుపులు తెరుచుకొని

కూర్చొంటాను.

అన్ని పనులు చేసుకొని.

ఆ అతిథి వచ్చేసరికి, ఆ సమయానికి

అతనికి అడ్డం లేకుండా -కొంచెం కూడా

పూజా విధానాలన్నీ ఒక్కరోజు అయిపోతాయి.

నేను సంసిద్ధంగా ఉంటాను.

నెమ్మదిగా రెండు చేతులు చాచి

ఆ ఇల్లులేని అతిథిని వరిస్తాను.

ప్రొఫెసర్ మాణిక్యాంబ 'మణి'

ఈరోజు
అనుకోకుండా నన్ను వదిలి
ఆమె వెళ్లిపోయింది.
నన్ను పిలుస్తూ, చెప్పింది...
"కన్నీళ్లు తుడుచుకో, ఇంకో అతిథి
ఇంకా రావాలి..." అని
"జీవితంలోని ముళ్ళ నుంచి
విడదీసిన పూలతో
ఒక మాల అల్లాలి"- అని.
హే ప్రభూ! నవగ్రహాల మధ్య నుంచి
సంపూర్ణమైన ఈ మాలను
ధరిస్తావు కదా!

***

(4)

అంధకారమయ నిశీథంలో, నువ్వు ఇంటి నుంచి వెళ్లిపోయావు.

ఆ తెలియని మార్గంలో

ఆ దోవలో నువ్వు ఎప్పుడూ వెళ్లలేదు కూడా.

వెళ్తూ మాట్లాడలేదు, నువ్వు

వెళ్తూ ఎవరి సందేశం కూడా తీసుకోలేదు.

నిద్రావస్థలో ఉన్న విశ్వం నుంచి

నీవు ఒక్కదానివే వెళ్ళిపోయావు.

అంధకారంలో నేను నిన్ను వెతికాను.

కలవలేకపోయాను.

నా చిరపరిచిత మంగళ మూర్తీ!

అనంతమైన ఆ నక్షత్ర లోకంలో

ఎక్కడ విలీనం అయిపోయావు?

నువ్వు శాశ్వతంగా వెళ్లిపోయావు.

శూన్య హస్తాలతో,

ఈ ఇంట్లోవి ఏమీ తీసుకోలేదు.

ఇరువది సంవత్సరాల

సుఖ-దుఃఖ భారమంతా, నా ఒడిలో వదిలి

వెళ్ళిపోయావు.

ప్రతి దినం, ప్రేమతో ఇన్ని రోజులు

ప్రొఫెసర్ మాణిక్యాంబ 'మణి'

మన ఇంటిని శోభాయమానంగా,
పదిల పరిచావు.
నీ ప్రేమతో ఈ ఇంటిని పరిపూర్ణం చేసావు.
ఈ ఇంటి నుంచి ఏమీ తీసుకోకుండానే
నువ్వు వెళ్లిపోయావు.
ఈ ఇల్లు, ఈ సంసారం, నీవు లేకుండా
ఇంకా ఎన్ని రోజులు మంచి, చెడులు వస్తాయో?
ఈ శూన్య గృహంలో, ఎప్పటి అలవాటుగా
నిన్ను పిలిస్తే, నిన్ను ఎక్కడ చూస్తాను
ఎక్కడ చూడగలుగుతాను.
ఈరోజు, మాటి-మాటికీ ఒకటే ప్రశ్న
కళ్యాణీ! నాకంటే నువ్వు, ముందు వెళ్లిపోయావు.
కానీ, నాకు కూడా
నీ స్నిగ్ధ హస్తాలతో
శాశ్వత సంధ్యలో, ఎప్పటిలా
మెత్తని పరుపులు పరుస్తావా?

***

(5)

నా ఇంట్లో, ఇప్పుడు-ఆమె లేదు కదా!

కానీ, వెళ్తూ ఉంటాను, తిరిగి వచ్చేస్తాను.

ఇప్పుడు, ఆమెను ఇక చూడలేను.

హే ప్రభూ! నా ఇల్లు చాలా చిన్నది

అయినా ఇక్కడ ఏదైనా

పోయినప్పుడు అసలు దొరకదు.

నీ ఇల్లు ఎల్లలు లేనిది

విశ్వమంతా కదా!

హే ప్రభూ! ఆమెను వెతకటానికి

నేను అక్కడికే వచ్చాను, మరి,

నీ సంధ్యా రాగమయ ఆకాశం క్రింద

వచ్చి నిల్చున్నాను.

అశ్రు పూరిత నయనాలతో, నీ వైపు చూస్తున్నాను.

ఏ ముఖము, ఏ సుఖము, ఏ ఆశ-ఆకాంక్ష

ఎక్కడ, ఎప్పుడూ దూరమవదో

అక్కడికే-నా వ్యధా భరిత హృదయాన్ని

తీసుకువచ్చాను, ప్రభూ!

నువ్వు, దీనిని నిమజ్జనం చేసేయి.

నా ఇంట్లో ఇప్పుడు అమృత రసం లేదు.

ఆ పోగొట్టుకున్న అమృత స్పర్శ,

నీ, ఈ విశాల విశ్వంలో ఇక దొరకనిది.

(6)

నువ్వు ఇంట్లో ఉన్నప్పుడు

నువ్వు నన్ను నీ కరుణతో

సుమధుర కంఠస్వరంతో

ఇంట్లోకి పిలిచావు.

ఈరోజు-

నీవు విశ్వ లోకానికి వెళ్లిపోయావు.

ఇప్పుడు-

నీ కరుణ స్వరంతో విశ్వ లోకానికి, నాకు పిలుపును ఇయ్యి.

ఏ ఇంటి తలుపులు తెరుచుకొని

నీవు వెళ్లి పోయావో

ఆ ఇంటి తలుపులు ఎవరూ మూయమని చెప్పరు కదా!

నీవు బయటి రాజమార్గాన్ని అయితే చూపించావు.

కానీ, నా మనస్సుని, నీ నిశ్శబ్ద వీడ్కోలు కలవరపెడుతోంది.

ఈరోజు, విశ్వ దేవత చరణాల ఆశ్రయంలో, నీవు

ఓ నా గృహలక్ష్మీ, విశ్వలక్ష్మిగా విలసిల్లు.

నిఖిల నక్షత్ర కిరణాల రేఖతో

నీ సీమంత, ప్రాంతాన్ని సింధూరంతో, అలంకరించుకో.

ఏకాంతంలో కూర్చుని, నేను ధ్యానంలో అనుకొంటున్నాను.

విశ్వ కళ్యాణంలోనే, నీ సౌభాగ్యం కూడా- అని.

***

(7)

నా దగ్గర, నీవు ఉన్న సమయం అంతా
నిన్ను నీవు ఎలా దాచుకున్నావు,
ఆ ఉపాయం ఏదో చెపుతావా?
నీ నిత్య కార్యక్రమాలు వెనకాల ఉండి
నువ్వు అంతర్యామి-పరమాత్మ కళ్ళ ఎదుట ఉన్నావు?
అనుక్షణం, క్షణాల మధ్య నుంచే
నీ వినమ్ర, వినీత హృదయంతో
నిబ్బరంగా నడుస్తూ వచ్చావు.
నీ ఈ సమస్త గృహాన్ని నీ ప్రకాశంతో నింపేసావు.
కాని నీవు ఏ అజ్ఞాతవాసంలో దాక్కున్నావో,
ఈరోజు ...
నీవు ద్వారం తెరుచుకుని వెళ్ళాక
నీ పరిపూర్ణ స్వరూపం చూడగలిగాను.
జీవితంలోని అన్ని దినాలు,
అన్ని అసంపూర్ణ కార్యక్రమాలు
అస్తవ్యస్తంగా నా కళ్ళ ముందు పడి ఉన్నాయి.
నీ దృష్టిలో, ఈ
శాశ్వత భారం నిండి ఉంది.
జన్మజన్మల మన సాహచర్యాన్ని
నేను నిర్నిమేషంగా చూస్తున్నాను.

***

(8)

ఈ వియోగ వ్యథ, బలమైన బంధం అయి

ఈరోజు, నీతో నా కలయిక

సంపూర్ణం అయింది.

దేశ కాల వ్యవధులు దాటి

అన్ని వ్యవధానాలనూ ఛేదించి

నువ్వు, నా హృదయంతో కలిసి పోయావు.

నాకు చాలా దగ్గరగా వచ్చేసావు.

నీ కళ్ళతో నేను అన్ని చూస్తున్నాను.

నా బాధ విశ్వమంతా నిండిన అనుభూతి

నా అన్ని పనులలో నీ అదృశ్య హస్తం నాకు కనిపిస్తోంది.

నా ఆశ-ఆకాంక్ష- సమస్తం నీవే కదా!

ఆ రాత్రి నాకు అంత మాత్రం సమయం దొరకలేదు కదూ!

మన ఇద్దరం మన-మన మాటలు మాట్లాడుకోవడానికి

ఆ నిశ్శబ్ద నిశీథి వీడ్కోలు వేదనతో నిండి

వ్యర్థ వాంఛలతో నలువైపులా చూస్తున్నాను.

ఈరోజు...

ఈ హృదయంలోని సమస్త భావాల నీడలో

నీ- నా సంభాషణలు ఒకే చోట కలుసుకున్నాయి.

***

(9)

హే లక్ష్మి!

ఇప్పుడు ఎక్కడ నీ అంతఃపురం లేదు!

ఈరోజు...

నీవు సరస్వతి లా మధుర రూపం ధరించావు.

సంగీత శతదళం పైన విలసిల్లావు.

నీ చరణాల నంటి ఉన్న మానస సరోవరంలో

నిఖిల విశ్వ ప్రతిబింబం నిన్ను రంజింప చేస్తోంది.

నీ చిత్ సౌందర్యం నిష్కళంకం

ఈరోజు, ఆ సౌందర్యం పులకిస్తూ

విశాల విశ్వంలో విలీనం అవుతోంది.

సమస్త ఆనందం, సమస్త ప్రకాశం

సమస్తం మంగళమయంగా చేస్తూ

నీ కంకణాలు, తమ కోమల కళ్యాణ శోభను

సమస్త సతీ లోకానికి, వారి కరకమలాలలో సమర్పిస్తున్నాయి.

నీ స్నేహ వ్యాకుల మనస్సు

అఖిల నారీ జగత్తు మనస్సుల్లో కలిసిపోయింది.

నీ ఈ విశ్వమూర్తి...

నా హృదయాంతరాళాల్లో

లక్ష్మీ- సరస్వతుల సంపూర్ణ రూపంతో ప్రవేశిస్తున్నది.

***

(10)

ముగ్ధ రూపంలో ఉన్న నీవు
నా దగ్గర ఉన్నంత కాలం
మనసులోని మాట, నువ్వు ఎప్పుడూ
చెప్పలేదు-చెప్పలేకపోయావు
నిన్ను నువ్వు దాచేసుకున్నావు
నీ హృదయంలోని నిగూఢ ఆశలు-ఆకాంక్షలు,
ఎలుగెత్తి, ఏడవాలని పించినప్పుడు
కలవరంతో, సంకోచంతో
రహస్యంగా కనుసన్నలతో
స్వాధీనపరచుకున్నావు- ఏమో
ఆ భావాలకు అవమానం జరిగితే- అని.
నీ స్వహస్తాలతో, నువ్వు
నీ అధికారాలను అవహేళన చేస్తూ
నీ ప్రపంచంలో అన్నిటికంటే చివరికి
వాటిని చేరవేసావు.
నీవు మృత్యువుని వరించి
మహీయసీ! సాటిలేని దానివైపోయావు.
విశ్వంలో కనిపించకుండా
నా హృదయ పద్మదళాల మీద కూర్చొని
వినత ముఖివై, భాషా బాధారహితమైన

మృణాళిని దేవి

వచనాలతో అన్ని అసంపూర్ణ విషయాలపై మాట్లాడు.

నీ దేహముక్త బాహు లతాబంధంతో

ఒకసారి నా హృదయాన్ని హత్తుకో

నా హృదయాంతరాళంలోని ఆఖరి అంధకారాన్ని

పొందుతావు కదూ!

***

(11)

మృత్యువు దాపునుంచి నవ వధువు రూపంలో

నా హృదయ వివాహ మందిరంలో

నీరవ చరణాలతో నువ్వు మళ్ళీ వచ్చావు.

అలసిన జీవిత వ్యథా భారం

మృత్యు స్నానంతో సమాప్తమయింది.

ఈ విశ్వ లక్ష్మి అక్షయ దయవలన

నీవు అపురూప సౌందర్యరాశివి అయినావు.

స్మిత, స్నిగ్ధ, ముగ్ధ ముఖకాంతితో

నా మనసులో వెలసిన వెలుగులో

వచ్చి నిశ్శబ్దంగా నుంచున్నావు.

ప్రియే! మృత్యువు సింహద్వారం ద్వారా

ప్రపంచం నుండి నీవు నా అంతరంగంలో ప్రవేశించావు.

ఈరోజు వాద్యాలు మ్రోగుటలేదు, ఉత్సవాలు లేవు

దీపాల పంక్తులు వెలిగించిలేవు-

ఈరోజు ఆనందం- గంభీరం, ప్రశాంతం.

అశ్రువులతో మూగ పోయింది.

ఈరోజు ఈ వార్త

ఎవరికీ తెలియదు, ఎవరూ వినలేదు.

నా అంతరాంతరాళాల్లో, ఒక దీపం వెలుగుతోంది.

నా సంగీతం...

మృణాళిసి దేవి

అచ్చమయిన ఏకాంత కలయికకి
అపురూప శబ్దాలను అల్లుతోంది.

***

(12)

ఈరోజు నా లోపల

సంపూర్ణ స్వానుభవం అనిపిస్తోంది.

నీవు క్షణంలో

నీ గౌరవమంతా నాలో కలిపేసావు.

నీ చేతులతో నువ్వు నా జీవితాన్ని

మృత్యువు అనే దివ్యమణిని స్పర్శింప చేసావు.

నా శోక, యజ్ఞ అగ్ని నుండి

నీ నవీన నిర్మల మూర్తి ప్రభవించింది

హే సతీ!

ఈరోజు

నువ్వు సతీత్వ అనింద్య జ్యోతిని ధరించావు.

దానిలో శోక, లోపాలు లేవు, మలినాలు లేవు

అలసట లేని అనంత మహిమతో

నా హృదయంలో

కళ్యాణీ! పరిపూర్ణ రూపంతో విలీనం అయిపోయావు.

ఈరోజు నాకు అనిపించింది-

నా పురుష-ప్రాణాలు విస్తరించాయి.

మృత్యువులేని స్త్రీతో శాశ్వత కలయిక అయ్యింది.

***

(13)

నా జీవితంలో

నువ్వు మృత్యు మాధుర్యాని కలిపివేసావు.

శాశ్వత వీడ్కోలు కాంతితో, రంగులతో

నువ్వు నా హృదయాన్ని నింపేసావు.

నా సమస్త భావాలను

నువ్వు సూర్యాస్తమయ సమయంలోని

రంగుల అందాలతో చిత్రించేసావు.

జీవిత దిశ, దశలు, సీమలు

అపూర్వ మహిమను సంతరించుకున్నాయి.

అశ్రువులతో కడిగిన హృదయాకాశంలో

దూరంగా స్వర్గనగరం కనిపిస్తోంది.

నా జీవితంలో

నువ్వు మృత్యు మాధుర్యాన్ని నింపేసావు.

ఓ కల్యాణ రూపిణీ!

నీవు మృత్యువుకు మంగళమయ రూపాన్ని ఇచ్చావు.

జీవితంలో ఆ ఒడ్డు నుండి

నీ మౌన ప్రేమతో నిండిన కోమల

ఆర్ద్ర హృదయాన్ని

ప్రతిక్షణం ఈ మానవలోకానికి పంపుతున్నావు

మృత్యువు యొక్క గంభీర, స్నిగ్ధ గృహంలో

ప్రొఫెసర్ మాణిక్యాంబ 'మణి'

నీవు గవాక్షం లో కూర్చున్నావు.

చిరంతన ఆశాదీపాన్ని

నిరంతరం

వెలిగించి ఉంచావు.

ఓ కల్యాణ రూపిణీ!

నువ్వు మృత్యువుకు మంగళమయ రూపాన్ని ఇచ్చావు.

నీ రెండు బాహువులతో, నువ్వు

నా - జీవన-మరణాలను బంధించేసావు.

నీ ప్రాణాలను అమృతం చేసి

నువ్వు మృత్యువులో అమృతం కలిపేసావు.

ప్రియే! నువ్వు నీ చేతులతో

మృతువుతో జీవితానికి ప్రేమ బంధం చేసావు.

నీవు ద్వారాలను తెరిచి వేసావు.

/ తెర తొలగించావు.

జన్మ మృత్యువుల మధ్య నిస్తబ్దంగా నిల్చున్నావు.

నీ రెండు బాహువులతో, నువ్వు

నా జీవన-మరణాలను బంధించేసావు.

***

(14)

నేను నీ పాత ఉత్తరాలు చూసాను.

మన స్నేహ ముగ్ధ జీవిత చిహ్నాలు

ఒకటి రెండు కనిపించాయి.

స్మృతుల ఈ ఆట బొమ్మలను, నీవు

జాగ్రత్తగా ఇంట్లో దాచి పెట్టావు.

ప్రబల కాల ప్రవాహంలోని ప్రళయధారలలో

రవి-చంద్ర-నక్షత్రాలు ఎన్ని కొట్టుకుపోవు

దాంట్లోంచి దాచుకొని ఈ మామూలు వస్తువులు

భయం-భయంతో దాచి పెట్టావు,

మనసులో అనుకున్నావు-

"మన ఈ ధనం మీద ఎవరికీ అధికారం లేదు." అని

ఇప్పుడు వీటికి ఎవరి దగ్గర ఆశ్రయం దొరుకుతుంది.

ఈ జగత్తులో ఇవి ఎవరివీ కావు. కాని

ఈ జగత్తులోనివే...

నువ్వు ప్రేమతో వీటిని ఎలా దాచి పెట్టావో

అలాగే,

ఈరోజు,

ఎవరో

నిన్ను ప్రేమతో దాచిపెట్టుకున్నారు.

***

(15)

ఒకరోజు

నవ వధువు రూపంలో

ఈ ఇంట్లో, ఈ సంసారంలో

నా దగ్గరకు వచ్చి నిల్చున్నావు.

నా చేతులపైన, నీ వణుకుతున్న చేతులు ఉంచావు.

అదృష్టం - ఈ ఆటలు ఏమిటి?

అకస్మాత్తుగా ఏమైంది?

ఇది ఒక క్షణంలో జరిగింది కాదు.

ఇది అనాది కాలంగా జరుగుతున్న పన్నాగం.

పరస్పరం ఈ కలయిక తో మనం పరిపూర్ణం అవుతాం-.

యుగయుగాల నుంచి ఈ ఆశతోనే ఉన్నాం.

నా ప్రాణాల నుండి ఎంత తీసుకొని వెళ్ళిపోయావు.

ఈ జీవిత స్రోతస్వినికి, ఎంతెంత ఇచ్చి వెళ్లావు.

ఎన్ని పగలు-రాత్రులో తెలియదు

ఎంత సిగ్గుతో-ఎంత భయంతో

ఎన్ని కష్టనష్టాలలో, ఎన్ని జయాపజయాలలో

అలసట లేకుండా మనం ఎంత సృజించామో

వీటన్నిటినీ

మనిద్దరం కాక ఎవరు పూర్తి చేస్తారు?

***

(16)

నీ, ఈ స్వల్ప వయసు- జీవితంలో
పులకింతల ప్రకంపనంలో, వ్యథా సంగీతంలో లీనమై
నువ్వు పొందిన ఆనందమయమైన దినములను
హే లక్ష్మీ! వాటిని రూపుమాపి వెళ్ళిపోయావా?
కాని, వాటిని నువ్వు జాగ్రత్తగా ఎలా దాచి ఉంచావు.
ఈ రోజు,
నేను వాటినే వెతుకుతున్నాను.

సూర్యాస్తమయ సమయంలో
బంగారు మేఘాల దొంతరలను
నిర్నిమేషంగా చూస్తున్నాను.
అక్కడ ఏ కరుణాపూరిత అక్షరాలతో
నీవు రాసి ఉంటావు-
ఆ జన్మ సాంధ్య సమయంలో జారిపోయిన కథ-అని
ఈరోజు...
మధ్యాహ్నం
ఆకుల సవ్వడి రాగంతో
నీ ఎప్పటి ఆ దీర్ఘ నిశ్వాసాలను ప్రచారం చేస్తోందో!
శీతాకాలం ఎండలో నిబిడమైన సుఖాన్ని
స్తబ్ధతనూ.

ప్రొఫెసర్ మాణిక్యాంబ 'మణి'

నీ రెండు చేతులతో విస్తరింప చేస్తున్నావు కదూ!

నా వైపు చూస్తూ.

నేనే...

నీ ఎన్ని రాత్రింబవళ్ళ సాన్నిధ్యం

ఎన్ని కోరికలు నన్ను చుట్టుముట్టి ఉన్నాయి.

మాటి-మాటికి ఆ ఆక్రందన విని,

నా దగ్గరకు నువ్వు తిరిగి వస్తున్నావు కదూ!

***

మృణాళినీ దేవి

(17)

ఎవరికి తెలుసు?
నీ శోకం, నా జీవితంలో
అకస్మాత్తుగా
మన ప్రగాఢ కలయికను
ఇలా సంచరింపజేస్తుంది - అని-
ప్రగాఢమైన మెరుపు
వర్షాన్ని సంచరింపజేసినట్లు,

నా కన్నీటి చినుకుల మాలను
అశ్రు బిందువులను
స్నేహంతో, ఆప్యాయంగా ఏరుకుని
నీ జడలో తురుముకుంటున్నావు.
నా వ్యర్థమైన ఈ శోక సమయంలో
నిశ్శబ్దంగా,
మందహాస బాణాన్ని వదులుతున్నావా !

నీవు
వేరే వారందరికీ ఎంత దూరంగా వెళ్లిపోయావో
నాకు
అంత చాలా దగ్గరకు వచ్చేస్తున్నావు.

ప్రొఫెసర్ మాణిక్యాంబ 'మణి'

నాకు తెలియదు.

అందరి నుంచీ దాచి, ఎలా

నీవు నీ స్వరూపాన్ని నాకు ఇచ్చేసావు.

మృత్యువు నుండి, నిన్ను నీవు అపహరించి

నా జీవితంలో నీ జీవితాన్ని ధరించావు,

నా నయనాలలో కాంతి నింపేసావు-

ఇది తలుచుకొని, మనస్సులో

ఇప్పుడు ఆవేదన లేదు.

***

మృణాళిని దేవి

(18)

నువ్వు నీ ఇల్లు, సంసారాన్ని ఎలా అలంకరించావో
అలాగే...
నా జీవితాన్ని నిర్మలంగా అందంగా తీర్చిదిద్దు.
చిన్న- చిన్న గడ్డిపరకలు పడి ఉంటే
వాటిని ఏరిపారేయి.
అలసట - వేదనల రాత్రి-పగళ్లను
ఉపేక్షా భరిత చిన్న - చిన్న- మొక్కలను
దూరంగా పారేసేయి.

నిర్మలమైన జలాన్ని తీసుకువచ్చి,
ఈరోజు
నా కళంకాలన్నిటినీ కడిగేసేయి.
సమస్త జంజాటాలను అన్నిటినీ బయట పారేయి.
నా ఇంటి ఏకాంత పూజా మందిరంలోకి
నెమ్మదిగా
తలుపులు తెరుచుకొని వచ్చేయి.
మంగళమయ స్వర్ణ కలశంలో పుణ్య తీర్థ జలాలను
జాగ్రత్తగా నింపు, నీ చేతులతో,
పూజా పుష్పాలను కోసి తీసుకురా.
అక్కడ దేవత సమ్ముఖంలో
ఇద్దరం ఒకే ఆసనం మీద కూర్చుందాం.

***

(19)

ఎన్నిసార్లు...

నీ-నా ఇంటి వాకిళ్ళలో అతిథి రూపంలో

చేతుల్లో వీణను తీసుకొని

ఎన్నోసార్లు వచ్చాయి,

నవ్వుతూ వసంతాలు.

తనతో పాటు ఎన్నో పాటలు, మనస్సును

మోహింపజేసి, సమ్మోహింపజేసే ఎన్నో మంత్రాలు

ఎన్ని ఆకులు, పువ్వుల అలంకరణ

కోకిల స్వరంతో పిలిచాయి-

తలుపులు తీయమని.

అన్ని పనులు మర్చిపో, నువ్వు నిన్ను, విశ్వాన్ని మరచిపో,

అంటూ.

ఎన్నిసార్లు తలుపు దగ్గరకు వచ్చి,

ఎన్నిసార్లో తలుపు తట్టి వెళ్లిపోయాయి.

నేను ఏదో పనిలో పడిపోయాను,

నువ్వు కూడా వినిపించుకోలేదు.

ఈ రోజు

నీవు వెళ్లిపోయావు,

దక్షిణ దిశ నుంచి గాలి మోసుకుని వచ్చాడు.

మృణాళినీ దేవి

ఈరోజు, ఒక్కక్షణం కూడా అతన్ని మర్చిపోలేను
నాకు అంత శక్తి లేదు.
ఈ రోజు, అతను
నీ చూపు, నీ అవ్యక్త, అనుచ్ఛరిత వాణిని/
శబ్ద జలాలన్నీ తీసుకొని వచ్చాడు.
నీ వ్యాకుల హృదయాన్ని
చెట్ల పొదలలో ఆకుల కలవరంతో చెపుతున్నాడు ,
మనం కలిసి ఉన్న రోజుల్లో,
ఎన్నిసార్లు
అతన్ని ఉపేక్ష చేసాను, నిర్లక్ష్యం చేసాను.
నీ వియోగంలో ఎలుగెత్తి పిలిచి అతన్ని
నా ఈ శూన్య గృహంలోనికి తీసుకొని వస్తాను.

***

(20)

రా, వసంతమా!

ఈరోజు నువ్వు

నా ఇంటి దగ్గరకు కూడా రావాలి.

పువ్వులు కోయలేదు, దీపం ఆరిపోయింది.

ఆసనం శూన్యంగా ఉంది, అలంకరణ పూర్తికాలేదు.

నా ఇంటిని కళా హీనంగా, దీనంగా చూసి నవ్వుతావు.

అయినా, ఓ వసంతమా!

నా ద్వారం దగ్గరకు కూడా రావాలి.

ఈరోజు,

నా ఇంటి కిటికీలన్నీ తెరిచి ఉన్నాయి.

రోజులు పని లేక ఏడుస్తున్నాయి.

ఏ ఆశా లేదు

దక్షిణ వాయువు స్పర్శతో,

తనకు తానే మనస్సు డోలాయమానం అవుతోంది.

ఈ శూన్య గృహంలోని కిటికీలు అన్నీ తెరిచే ఉన్నాయి.

ఎన్ని రోజుల నుంచో సంతోషాలు, రోదనలు

ఇక్కడ పరిపూర్ణం అయిపోయాయి.

వీటన్నిటికీ ఇప్పుడు ఆకాశంలో ముక్తి కలగాలి.

నీ చల్లని గాలిలో, అవి ఇప్పుడు ఊపిరి పీల్చుకోవాలి.
వకుళ, చంపక పుష్పాలు
నిత్య నవీనంగా వికసించాలి.
వెనుకటి రోజులు సంతోషాలు, రోదనలు
అన్నీ పరిపూర్ణం అయిపోయాయి.

నా హృదయం వేదనలలోనే
నీ ఉత్సవం జరుపుకో.
నీ నవ్వులు తీసుకురా!
నీ మురళి తీసుకురా!
పల్లవ- కుసుమాల రాశులు తీసుకురా!
పక్షులన్నీ, మళ్లీ-మళ్లీ వచ్చి
ఇక్కడ వసంత గీతాలు పాడాలి
నా వేదనని ధ్వనింపజేస్తూ
నీ ఉత్సవం చేసుకో.

ఆ కోలాహలంలో నా హృదయ వీణ,
తీగలు కూడా ఝుంకారాన్ని నింపుతాయి.
నక్షత్రలోకాన్ని భూలోకాన్ని ఒక్కటిగా చేసి
మీ అందరూ కోలాహలం చేస్తూ ఉంటే
నవ్వుతూ మృత్యు ద్వారాన్ని
మీరు తట్టినప్పుడు

ఆ కోలాహలంతో నా హృదయ వీణ
తీగలు మారు మ్రోగుతాయి.

***

మృణాళిని దేవి

(21)

30-1-24

వివిధ రూపాలను ఎవరు ఏకాకారం చేస్తాడో
విచిత్రాన్ని సహజంగా చేస్తాడో
అతను
శక్తివంతమైన
ఎన్నింటినో
తన చూపుడువేలు సంకేతాలతో వశీకృతం చేసి
అనేక వ్యర్థ ప్రయత్నాల దినాన్ని
గాఢ నిద్రతో ప్రశాంతం చేసి,
బంగారు సంధ్యలో దాగిన
అంధకారంలోకి తీసుకు వస్తాడో,
ధ్రువతార దీపం యొక్క కాంతిలో
దాని చరమ గతిని పొందుతుంది
అతను
అనేక వాక్యాల వ్యాకులత - కలతలను ఒక గీతంలోనే
వేదనా సుధారస లహరిలో ముంచేస్తాడు.

ఓ ప్రియా!
ఆ ప్రేమతో నన్ను దూరం చేయకు;

ప్రొఫెసర్ మాణిక్యాంబ 'మణి

ప్రతి దినము మెలకువలోనే ఉండు.
నా జీవితం అనే దినం ఆఖరి ఘడియలో
నీ కంకణాల బంగారు కిరణాలతో
నా నిద్రాంధకార పటలంలో పై
బంగారు కలలను చిత్రిస్తావు కదూ
నా నిస్తబ్ద సాయంకాల ఆకాశంలో

నీ చరణాల
పారాణితో అరుణ కాంతితో
అవి నిశ్శబ్దంగా పట్టు పడిపోతాయి కదా!
రెప్ప లార్పని ఆ కళ్ళ ఆకర్షణతో
ఈ జీవితాన్ని లాక్కుని తీసుకుని వెళ్ళు
నీ గదిలోకి, పరిపూర్ణ మృత్యువు వైపు.

***

(22)

విశ్వమయమైన విభుడు

రమణీ రూపంలో తన మాధుర్యాన్ని దాచుకున్నట్లు

అతని స్పర్శ చరాచర జగత్తులలో అందంగా భాసిస్తున్నట్లు

అతని ప్రేమలో ఆనందం ఆటలు ఆడుతున్నట్లు

లతలలో పూలు, నదిలో తరంగాలు

శోభిల్లుతున్నట్లు

లక్ష్మి విశ్వేశ్వరిగా

విరాజిల్లుతున్నట్లు

కొత్త మేఘాలు వర్షాన్ని

దానం చేస్తున్నట్లు

నది తన దుగ్ధ ధారతో

ధరణికి అమృతపానం చేయిస్తున్నట్లు

పరమ ఆనందరూపం, ఉత్సుకతతో

తనని ఇద్దరిగా చేసుకొని

సుఖపడుతున్నట్లు

ఇద్దరి కలయికల సంఘాతం ఒక విచిత్రమైన

వేదనలో ఉత్పన్నమై

వర్ణ-గంధాల గీతాన్ని నిత్యం

రచించినట్లు

హే రమణీ! క్షణ మాత్రం నా దగ్గరకు వచ్చి

అవే రహస్యమయ అనుభూతి ఛాయలతో
నువ్వు నా హృదయాన్ని పరిపూర్ణం చేసేసావు.

***

(23)

ఓ ప్రియా! సంధ్యా దీపాన్ని వెలిగించు
నా హృదయ ఏకాంత ప్రాంతంలో
నీ చేతులలో అంత వెలుగునీ ఉండనీయి.
ఈ వచ్చే రాత్రిలో దాని వెనుకకు నీవే కూర్చో.
చక్కగా వేణీ భారాన్ని బంధించి
ఎఱ్ఱని వస్త్రాలు ధరించి
నా విక్షిప్త మనసుని, జీవిత జంజాటం నుంచి
బయటకు తీసుకురా!
ఈ రోజు నాకు తెలిసింది-
అనేక కర్మల కీర్తి, ఖ్యాతి, వాటి ఏర్పాటు
శుష్కమైన బరువులా ఉండిపోతాయి
అన్నీ వ్యర్థం అయిపోతాయి -
ఆ స్థూపం లాంటి ప్రయత్నం వెనుక
సరసమై నవ్వు లేకపోతే -అని;
అంత దర్పమూ వ్యర్థము-
ప్రయత్నాలు నిష్ఫలమైపోతాయి -అని.
సంధ్యా సమయంలో కోమల కాంతిలో
ఇంటికి తిరిగి వెళ్ళలేక పోతే
ఒక గంభీర ప్రేమాస్పద చరణాలపై
అలసిన తన శిరస్సును ఉంచలేకపోతే
అన్నీ వ్యర్థం అయిపోతాయి -అని.

(24)

గోధూళి నిశ్శబ్దంగా వచ్చి
తన కొంగుతో ఆచ్ఛాదన చేసినట్లు
నిత్యం పనులతో అలసిపోయిన నన్ను,
నా గాయాలను
మాలిన్యాన్ని,
భగ్న భవన దైన్యాన్ని
చిరుగులతో ఉన్న సిగ్గును
నీ గురించి నా స్తబ్ద వ్యథను
నా జీవితంలోని అనేక వ్యథాభరిత
రాత్రింబవళ్ళ స్ఖలనాలను
శుష్కించిన నా జీవితంలోనికి
అంధకారాన్ని
ఔదార్యంతో
నీ స్నిగ్ధ శీతల హస్తాలతో
నాలో ప్రసరింప చేయి-
అన్ని మంచి-చెడులను
నా ప్రాణాలలో ఏకీకృతం చేయి,
విషాదమనే ఒక బంగారు
విశాల వస్త్రంతో, నన్ను
ఆచ్ఛాదించు.

ఇప్పుడు

ఇంక యే ఆకాంక్షల వ్యథ మనసులో ఉండనట్లు

అతీతంలోని అసంతృప్తి వైపు

దృష్టి మాటిమాటికి వెళ్లకుండా చేయి.

వెళ్లిపోయినది వెళ్లిపోనీ ,

త్రిభువన దేవతలు అలసటలేని ఆనందంతో

నీ కలయిక అనే దీపంలా

అకంపిత రూపంలో విరాజిల్లే చోటుకు.

నేను కూడా నెమ్మది నెమ్మదిగా అటే వెళ్ళాలి .

***

(25)

మేలుకో మనసా! మనసా! మేలుకో!

అశ్రు సముద్రం పోటెత్తింది.

దానికి ఏ ఒడ్డూ-సరిహద్దూ లేవు.

దానికి బంధనాలు లేవు,

దాని గర్జనల గానంలో మేలుకో,

ఈ అశ్రు సముద్రం మీద నీ నావ నాట్యం చేస్తోంది.

ఈ రోజు...

ఉషః కాల పుణ్య ఘడియలలో

కొత్త సూర్యుడు ఆకాశంలో ఉదయించాడు.

దిక్కుతోచని ఈ గాలిలోనే

ఆ మహా మంత్రం ధ్వనిస్తోంది.

తెలియని గమ్యం వైపు

ఈ లగ్నంలో

దిక్ దిగంతాల వరకు వ్యాపించిన

ఆకాశం వైపు ముందుకు వెడుతోంది.

నాకు తెలియదు-

ఉదార పరిశుభ్ర ఆకాశంలో

అరుణ దీప్త ఈ కాంతిలో

ఏమి ప్రతిభాసితం అవుతోందో.

నాకు తెలియదు-

మృణాళినీ దేవి

అతల సముద్రం ఎవరి గురించి మేలుకుందో.

ఆకాశంలోకి చేతులు చాచి ఎవరిని అడుగుతోందో

ఈ ప్రతిభాసిత దీప్తిలో మునిగిపోయి,

శూన్య సాగర తీరంలో, ఇసుక బయళ్ల పై

వరద పరవళ్ళు తొక్కుతోంది

రుద్రుని సంకేతంతో

ఇక్కడ పగలు ఉదయించింది-

పక్షుల కిలకిల గీతాలు లేకుండా

ఈ శూన్య ఇసుక తిన్నెల తీరంలో

నురగల తరంగాల సయ్యాటతో.

అశ్రువులు ఉయ్యాలలూగుతున్నాయి-

హృదయ తీరాన్ని బాగా కుదిపేస్తూ.

ఎదురుగా అనంత లోకం-

వెళ్ళవలసి ఉంది.

సీమాతీత వ్యాకుల శోకంతో

డోలాయమానంగా ఉంది

దూరంగా ఏ స్వర్ణ తీరంవైపు పరిగెడుతోందో!

అంధకారమయమైన ఈ భూమిని

అంటుకుని ఉండకు

కట్టేసిన నావను వదిలేసేయి

ప్రొఫెసర్ మాణిక్యాంబ 'మణి'

ఇప్పుడు

వ్యాకులమైన తెరచాప

బాగా విపరీతమైన గాలి

నీ నేలను దూరంగానే ఉండనీయి

నావను ఇప్పుడు ఇక ఆపకు.

***

(26)

ఈ రోజు నువ్వు నిద్రపో
ద్వారం దగ్గర నేను మేలుకొని ఉంటా
దీపం వెలిగించి ఉంచుతాను.
నీవైతే ప్రేమించావు.
ఈ రోజు
ఒంటరిగానే
నేను నిన్ను ప్రేమించాలి.
నా గురించి నువ్వు ఇప్పుడు అలంకరించుకోనక్కరలేదు.
ఇప్పుడు నీ గురించి, నేను రాత్రింబవళ్లు
నా హృదయాన్ని పూలతో అలంకరించి ఉంచుతా.
చాలా రోజులు...
నీ రెండు చేతులు, అలసట ఆవేదనలు మరచి
నా సేవ చేస్తూ ఉండేవి.
ఈ రోజు...
వాటిని అన్ని పనుల నుండీ తొలగించి,
నా శిరస్సుపై ధరిస్తాను.
నీ వైతే...
నీ పూజలన్నీ పూర్తి చేసుకొని
నీ మనస్సు- ప్రాణాలను
అర్పించి వెళ్లిపోయావు.

ప్రొఫెసర్ మాణిక్యాంబ 'మణి'

ఇప్పటి నుంచీ-
నా పూజ రూపంలో
అశ్రు జలాలతో నిండిన
నా స్తుతి గీతాన్ని స్వీకరించు.

***

(27)

నువ్వు-

ఈ సస్యశ్యామల ధరిత్రిని ప్రేమించావు.

నీ నవ్వు చాలా మనోహరంగా ఉండేది

అన్ని స్రోతస్వినులు, జలపాతాలతో కలిసి

నువ్వు సంతోషంగా ఉండటం నేర్చుకున్నావు.

నీ హృదయం

హృదయాన్ని, ప్రాణాలను ప్రసన్నం చేయగలిగినది.

ఈ సస్యశ్యామల ధరిత్రి నీదే,

ఈ రోజు...

ఈ ఉదార ప్రాంతంలో ఆకాశాన్ని నింపి

నీ కళ్ళు

అన్ని వైపులా చూస్తున్నట్లు అనిపిస్తోంది.

నీ ఆ నిర్మలమైన నవ్వు,

అన్నిటిని నీ చూపులతో నింపుకొనే సుఖం-

అందరినీ స్పృశిస్తూ, వీడ్కోలు పాట పాడుతూ

ఈ లేత వనాన్ని, గ్రామాన్ని, ప్రాంతాన్ని పరిపూర్ణం చేస్తున్నాయి.

నీ ఆ ప్రేమను-

నా కళ్ళలో ముద్ర వేసి

నా నయనాలలో నువ్వు

నీ చూపునే నింపావు.

ఈ రోజు...

నేను ఒక్కడినే

మనిద్దరి దృష్టితో చూస్తున్నాను.

నా కనుపాపలలో, నీ ముగ్ధ దృష్టి నింపి

నీ మనస్సులో ఉండి అన్ని అనుభవిస్తున్నావు.

ఈ కాంతి...

వనంలో చలితో వణుకుతోంది

శిరీష పుష్పాలు

గాలికి రాలి పడుతున్నాయి.

ఈ మధ్యహ్నాం కాంతి-నీడ

ఈ చలిలో వనంలోని ఆకుల అలజడిలో

వణుకుతూ

నీ నా మనస్సులు

ఎప్పుడూ ఆడుతూనే ఉన్నాయి.

నువ్వు నా జీవితంలోకి వచ్చి

జీవితాన్ని ధరించు.

నా మనస్సుతో నీ కోరిక తీర్చుకో.

నా మనస్సులో ఇలా అనిపిస్తున్నట్లు ఉంది

అత్యంత రహస్యంగా.

<u>మృణాళినీ దేవి</u>

ఈరోజు...

నాలో నువ్వు నేనే అయి ఉన్నానని.

నా జీవితంలో...

నువ్వే, నేనై జీవితాన్ని ధరించు.

****

మృణాళినీ దేవి

హరిచరణ వంద్యోపాధ్యాయ

మృణాళినీ దేవి

ప్రస్తుతం బంగ్లాదేశ్‌లో ఉన్న ఖులనా జిల్లా (బెంగాల్) దక్షిణ డీహీ గ్రామవాసియైన శుకదేవుని సుపుత్రుడైన వేణీమాధవ్ రాయచౌధురి ప్రథమ సంతానం భవతారిణీదేవి (మృణాళినీ దేవి). ఆమె 1874వ సంవత్సరంలో జన్మించింది. చిన్నప్పటి నుండీ సున్నితము, ప్రేమపూర్ణ స్వభావం అందరికీ తెలిసినదే. సహనశీలి. బొమ్మలతో ఆడుకొనేటప్పుడు కూడా అందరితో ప్రేమగా ఉండటం వలన ఆమె స్నేహితురాళ్ళు అందరూ ఇష్టపడే వాళ్లు.

దక్షిణ డీహీ గ్రామం చుట్టుపక్కల ఎక్కడా ఉన్నత విద్యాలయాలు లేవు. గ్రామంలో ఒక చిన్న ప్రాథమిక పాఠశాల ఉండేది. దాంట్లోనే మృణాళినీ విద్యాభ్యాసం మొదలైంది. కానీ సమాజంలో అందరికీ భయపడి పరీక్షా కేంద్రానికి వెళ్లి పరీక్ష రాయడం జరగలేదు. మనస్సులో ఎంత కోరిక ఉన్నా విద్యాభ్యాసం సరిగ్గా జరగలేదు.

1890 వంగ సంవత్సరం 24 తేదీ ఆదివారం నాడు రవీంద్రనాథ్ తో మృణాళినీ దేవి వివాహం జరిగింది. అప్పుడు రవీంద్రనాథ్ వయస్సు 22 సంవత్సరాలు మృణాళిని దేవి వయస్సు 10 సంవత్సరాలు. ఈ వివాహానికి రవీంద్రుని తల్లి మేనత్త అయిన ఆద్యసుందరి మధ్యవర్తిత్వం కారణం. సంప్రదాయం ప్రకారం కన్య (మృణాళినీ దేవి) తండ్రి తన ఇంట్లో వివాహం జరిపించే ప్రస్తావన చేసినప్పుడు, కలకత్తాలో "ఆదిబ్రహ్మసమాజం" యొక్క పద్ధతి ప్రకారం వివాహం చేయించాలని మహర్షి (రవీంద్రుని తండ్రి దేవేంద్రనాథ్ ఠాకుర్) తన అభిమతం తెలియజేశారు. ఈ ప్రస్తావన ఒప్పుకున్న తర్వాత, మహర్షి తన వద్ద పనిచేసే సదానంద మజుమ్ దార్ ను అనేక రకాల మిఠాయిలు, అనేక వస్త్రాలు, ఆభరణాలు ఇచ్చి దక్షిణ డీహీ పంపించారు. మహర్షి

అజ్ఞానుసారంగా కన్యా పక్షము వారికే గాక వారి చుట్టుపక్కల కుటుంబాలకు కూడా మిఠాయిలు, పండ్లు పంపే ఏర్పాటు జరిగింది. ఇది వివాహ నిశ్చితార్థం అనుకోవచ్చు... వివాహాది శుభకార్యాలు ఘనంగా జరిపించే ఠాకుర్ కుటుంబానికి ఆనవాయితీ ప్రకారం ఈ వివాహం కూడా జరిగింది. విద్వత్తులో, సంపదలో, రాయచౌధురి వంశం, మహర్షి సమఉజ్జీ కానప్పటికీ, ఆయన మనస్సులో ఎలాంటి చులకన భావం లేదు. బ్రహ్మోత్సవాలు జరిగే ఇంటి ముంగిట వంశాచారం ప్రకారం పరిణయం జరిగింది. ఆత్మీయులు, కుటుంబ సభ్యులతో కలిసి మహర్షి తన కనిష్ట పుత్రుని వివాహ బాధ్యతలను నిర్వహించారు.

పుట్టింట్లో కన్య పేరు భవతారిణీ, కానీ రవీంద్రుని పేరుకి అనుగుణంగా వివాహం తర్వాత 'మృణాళిని' అయ్యింది. రవి-మృణాళినిల ప్రణయం జగత్ప్రసిద్ధం, అందుచేత ఈ పేరు కవి కల్పనయే అనిపిస్తుంది. కొందరి అభిప్రాయం ప్రకారం కవికి నచ్చిన 'నళిని' శబ్దానికి పర్యాయపదం అంటారు. ఏది ఏమైనా అత్తవారింట 'భవతారిణి' 'మృణాళిని' గానే పరిచయం అయ్యింది. 'వైష్ణవ కవిత' లో ధరార్- సంగినీ (ధరా-సంగినీ) చిత్రించిన రూపం కవి కల్పనయే కాదు. వాస్తవ జీవితంలోని ప్రగాఢ అనుభూతియే. కవి పత్ని కుటుంబ జీవితంలో అనేక రూపాల్లో కనిపిస్తుంది.

భవతారిణి పుట్టింట్లో చదివిన చదువు అంతంత మాత్రమే. ఠాకుర్ కుటుంబంలోని కూతుళ్లు, కోడళ్ళతో ఎంత మాత్రం సరితూగదు. అందుచేత తన భార్యను పూర్తిగా విద్యావంతురాలిగా చేయాలని కవి ఆమెకు ఇంగ్లీషు బోధనకు ఏర్పాటు చేసారు. అంతేకాక భవతారణికి లావెటో హౌవుస్ లో చదువుకోవడానికి కూడా అనుమతి ఇచ్చారు.

ఆ రోజుల్లో మృణాళినీ దేవి తమ్ముడు నాగేంద్రనాథ్ వాళ్ళ దగ్గర ఉండి ఆంగ్లేయ పాఠశాలలో చదువుకొనేటప్పుడు, అతనికి చదువులో సహాయపడుతూ ఉండేది. అతనికి

తెలియని ఇంగ్లీషు శబ్దాల అర్థాలు చెబుతూ పాఠాలు బోధిస్తూ ఉండేది.

రవీంద్రుడు భార్యకు ఇంగ్లీష్ బోధనకు ఏర్పాటు చేసి తృప్తి పడలేదు. రామాయణాది సంస్కృత శ్లోకాలకు అర్థాలు తెలియచెప్పే ఏర్పాటు కూడా చేసారు. బ్రహ్మ సమాజానికి చెందిన ఆచార్యులు పండిత హేమచంద్ర విద్యారత్నను సంస్కృతం నేర్పడానికి నియమించారు. కవి సూచించిన విధంగా గురువులైన విద్యారత్న మహాశయులు రామాయణ శ్లోకాలకు వంగ భాషలో వ్యాఖ్యానం చేస్తూ ఉంటే మృణాళినీ దేవి విని రాసుకునే విధంగా రామాయణ శ్లోకాల అనువాదం పూర్తయింది. బలేంద్రనాథ్ (రవీంద్రుని అన్న కుమారుడు) కి సంస్కృతం అంటే చాలా ఇష్టం. ఆయన సంస్కృత కావ్యాలు, నాటకాలలోని శ్లోకాలకు, గద్యభాగాలకు వ్యాఖ్య చేసి, సరళ వంగ భాషలో తన పినతండ్రి భార్యకి అర్థమయ్యేలా వివరించి చెప్పేవాడు. ఈ రకంగా సంస్కృతం నేర్చుకొని మృణాళినీదేవి సంస్కృతంలో కొంత పాండిత్యాన్ని సంపాదించింది. రథీంద్రనాథ్ తన తల్లి పెన్సిల్ తో రాసిన వ్రాత ప్రతి ఒక పుస్తకం రవీంద్ర భవనానికి ఇచ్చారు. ఇది తల్లి రాసిన రామాయణం అనువాదానికి వ్రాతప్రతి అని ఆయన అభిప్రాయం. కానీ దాంట్లో మహాభాగవతము, మను సంహిత, ఈశోపనిషత్, కఠోపనిషత్ మొదలైన వాటి అనువాదాలుగా తెలిసాయి.

కవిని(రవీంద్రుని) ఇంకా పూర్తిగా గృహస్థుడు అనలేము. వివాహం అయిన తర్వాత తండ్రి గారి విశాల భవనంలో తనకై నిర్ధారించిన పెద్ద గదిలో కొన్నాళ్లు నివాసం ఉన్నారు. మహర్షిది పెద్ద కుటుంబం. కొడుకులు-కోడళ్ళు, మనవరాళ్లు, కుమార్తె, దౌహిత్రుడు, ఆత్మీయ స్వజనాలు అందరికీ కలిపి విశాలమైన మూడు అంతస్తుల ఇల్లు కూడా సరిపోయేది కాదు.

కవిలా జీవించడానికి ఇక్కడ ఏ లోటు లేదు. గాజిపూర్ (ఉత్తరప్రదేశ్) లో ఒకచోట ప్రకృతి సౌందర్యంతో నిండిన ప్రదేశంలో, ఆనందంగా తన జీవితాన్ని గడపాలని కవికి

కోరిక కలిగింది. ఈ ఉద్దేశ్యంతో 1888వ సంవత్సరం చివరిలో గాజీపూర్ వెళ్లాలని నిశ్చయించుకున్నారు. ఈ నిర్ణయం కారణాలు ఇలా రాసారు- "చిన్నప్పటి నుండీ పశ్చిమ భారతదేశము గురించి రొమాంటిక్ ఊహలు ఉండేవి. గాజీపూర్ లో మంచి గులాబీ తోట ఉందని విన్నాను. ఈ ఆకర్షణ నన్ను అక్కడికి లాక్కొని వెళ్ళింది". అప్పుడు ఆయన కుటుంబం చాలా చిన్నది. భార్య మృణాళినీ దేవి, కుమార్తె, బేల, ఆయన అంతే. ఈ చిన్న కుటుంబంతో (కవి) ఆయన గాజీపూర్ చేరుకున్నారు. గాజీపూర్ లోనే ఆయన బంధువు గగన్ చంద్ర రాయ్, ఒక ఆఫీసులో మంచి హోదాలో పనిచేస్తున్నాడు. ఆయనే కవి ఉండటానికి సౌకర్యాలు గల ఇల్లు ఏర్పాటు చేసారు.

తన కుటుంబంతో ప్రవాసం కాలం ఆయన దాంపత్య జీవితంలో మొదటిది, ముఖ్యమైనది కూడా. తన కుటుంబంతో తన భర్తతో స్వేచ్ఛగా జీవించాలని బలమైన కోరిక ఏ భార్యకైనా సహజమే. అతిపెద్ద ఠాకుర్ కుటుంబంలో ఉన్న కవి పత్ని (మృణాళినీ దేవి) కి అప్పటివరకు ఈ కోరిక తీరలేదు. గాజీపూర్ ప్రవాసంలో కోరుకున్న ఈ కొత్త దాంపత్య జీవితం మొదలైంది. సంపూర్ణ యవ్వనంలో ఉన్న కవి కూడా భార్యను సహచారిణిగా, ప్రణయనిగా పొందడం జరిగింది.

ఎక్కువగా అలంకరించు కోవడం కవి పత్ని (మృణాళినీ దేవి) కి నచ్చదు. సంపన్న కుటుంబంలో కోడలు అయినా కూడా సామాన్యంగా ఉండటమే ఆమెకు ఇష్టం. చాలా మామూలు నగలే ధరించేది. కృత్రిమ సాధనాలతో సౌందర్యాన్ని కొని తెచ్చుకోవటం కవికి కూడా ఇష్టం లేదు. "ముఖానికి రంగులు పూసుకొని స్త్రీలు అసభ్య దేశం మనుష్యులు కాదలుచుకున్నారు" అని ఒక సందర్భంలో అన్నారు.

విద్యాలయాలన్ని స్థాపించడానికి పూర్వం అప్పుడప్పుడు కవి సకుటుంబంగా శాంతినికేతన్ అతిథి గృహంలో మకాం చేసేవారు. ద్విపేంద్రనాథ్ తన భార్యతో అక్కడ నివసించేవారు. గృహిణిగా కుటుంబ భారం కవిపత్నిదే. ఇంటి పనులలో హేమలతా దేవి

సహాయం చేయగా, ఇంటికి కావలసిన వస్తువుల ఏర్పాటు ద్విపేంద్రనాథ్ చూసుకునేవారు. ఈ విధంగా వారి కుటుంబం మంచి భోజన ఏర్పాటులతో గడుస్తూ ఉండేది. అనేక రకాల వ్యంజనాలు, వంటకాలు, మిఠాయిలు తయారు చేయడంలో మృణాళినిది అందెవేసిన చెయ్యి. అందుచేత రోజూ అనేక రకాల వంటలు ఉండేవి. ఒకరోజు కవి (రవీంద్రనాథ్) భార్యను పిలిచి- "రాసుకుంటూ రోజూ వింటూ ఉంటాను, నెయ్యి కావాలి, మిఠాయిలు చేయాలి - అని, అడిగినదంతా దొరుకుతోంది. భలే బాగుంది, దీపు ఎప్పుడూ కాదనడు. ఎంత అంటే అంత తెప్పిస్తాడు. ఎప్పుడూ కాదనడు. అతని లాంటి అన్నీ అమర్చేవాడు, నీలాంటి గృహిణి ఉంటే ఇంకేముంది? రెండు రోజులలోనే దివాలా అయిపోతుంది." అన్నారు. "దీపు లాంటి వాళ్లకే సంసారం ఏమిటో తెలుసును. అందుచేత అతనితో పనులు చేయించుకోవడం సులభం. మీరు ఎందుకు దీంట్లో జోక్యం చేసుకుంటున్నారు." అని కవి పత్ని హాస్యంగా అంది.

ఆమెకు వంట చేయటం ఎంత ఇష్టమో, రకరకాల వంటలు చేయడంలో కూడా అంతే నైపుణ్యం. అనేక రకాల మిఠాయిలు కవి గురించి తయారు చేస్తూ ఉండేది. ఆమె చేతులతో వండిన చిడవా, మాల్ పువా, మామిడి పండ్ల మిఠాయిలు ఒకసారి తింటే చాలు, ఎప్పటికీ మర్చిపోలేరు. ఒకసారి ఆమె పెరుగుతో చేసిన మాల్ పువా తిని కవి మిత్రుడు జగదింద్రనాథ్ చాలా ప్రశంసించారు.

భార్య లాగానే కవికి కూడా కొత్త రకాల వంటకాలు పురమాయించి చేయించుకోవడం చాలా ఇష్టం. భార్య యొక్క పాకశాస్త్ర ప్రావీణ్యంతో ఈ ఉత్సాహం ఇనుమడించి ఉంటుంది. వంట చేస్తున్న భార్య దగ్గర పీట మీద కూర్చుని క్రొత్త-క్రొత్త వంటకాలు వండమని కోరుతూ, కొత్త రకంగా చేసే పద్ధతి నేర్పుతూ- "మీరు చేసే పని, మీకే ఎంత బాగా నేర్పానో చూడు" అని గర్వంగా అనే వారు కూడ. కవి భార్య

(మృణాళిని) ఒప్పుకుంటున్నట్లుగా మృదువుగా ఇలా అనేది "మిమ్మల్ని ఎవరు కాదనగలరు. అన్ని విషయాలలో మీరే గెలుస్తారు".

మధ్య మధ్యలో కవి గారు ఆయన భోజనం చాలా తక్కువ తీసుకోవడం మొదలు పెడతారు. కుటుంబంలో ఎవరు చెప్పినా వినరు. ఇంట్లో వాళ్ళందరూ ఆరోగ్యం పాడవతుందని భయపడుతూ ఉంటారు. తోటి కోడళ్ళు మృణాళినీ దేవితో ఆయనకు పౌష్టికాహారం తీసుకోమని చెప్పమని చెబుతారు.

ఒకసారి ఆయన స్వభావం గురించి చెపుతూ "మీకు తెలియదు. ఆయనకు చెప్పిన కొద్దీ పట్టుదల ఎక్కువ అవుతుంది. మిద్దె మెట్లు ఎక్కుతూ కళ్ళు తిరిగి పడిపోతే అర్థమవుతుంది. ఎవరిమాటా వినే రకం కాదు" అని అన్నారు. మృణాళినీ దేవి ఈ భవిష్యవాణి అసత్యం కాలేదు. "ఒకరోజు అలాగే అయ్యింది. ఒక పూట భోజనం చేసి రాత్రింబవళ్లు పనిచేసి "చిరకుమార్ సభ" పూర్తయిన తర్వాత కలకత్తా వచ్చారు. అప్పుడు మూడవ అంతస్తు ఎక్కుతుండగా మెట్ల మీద పడిపోయాను" అని రవీంద్రనాథ్ ఒక సంఘటన చెప్పారు. ఇంకొక విశేషం ఏమిటంటే ఒకచోట ఎక్కువ రోజులు నివాసం ఉండటం కవి స్వభావమే కాదు. శాంతినికేతన్ లో ఉన్నప్పుడు కూడా అంతే. ఇల్లు వదిలి వేరే చోట ఉండటానికి వెళ్లినప్పుడు సంసారానికి నిత్యం అవసరమయ్యే గిన్నె- చెంబులు తీసుకొని పోవటం ఆయనకు చికాకుగా ఉండేది. ఈ సామాన్లు లేనిదే సంసారం నడవదని మృణాళినీ దేవికి బాగా తెలుసు. ఆయనకు తెలియకుండానే అవసరమైన సామాన్లు తనతో పాటే తీసుకువెళ్తూ ఉండేది. ఆయన స్వభావం గురించి ఇలా అంటూ ఉండేది, "కొంచెం ఆలోచించండి; ఇలాంటి మనిషితో ఎలా సంసారం చేయాలి! ఇవన్నీ ఇక్కడ వదిలేస్తే ఎలా. అక్కడికి వెళ్ళగానే అతిథుల సందడి. అతిథుల స్వాగతం లో ఎలాంటి లోటు రాకూడదు. అక్కడ ఇంక మాలపువా, మిఠాయిలు, సమోసా, కచోరీల కబురు పంపుతారు. కొంచెం సరిపోదు. పుష్కలంగా కావాలి. వంట సామాగ్రి లేకుండా

ఎలా అవుతుంది? ఇవన్నీ ఆయనకు పట్టవు." అని. మృణాళినీ దేవి శిలాయిదహ్ లోని కోఠీబాడీలో ఉన్నప్పుడు మాలాసింగ్ అనే పంజాబీ వచ్చి చాలా బాధతో తన దుస్థితి గురించి చెప్పుకొని- ఏదో ఒక పని ఇచ్చి అతనిని రక్షించమని, లేకపోతే కుటుంబంతో సహా మృత్యువాత పడతానని వేడుకున్నాడు. ఆ దరిద్రుని దీనస్థితికి ఆమె హృదయంలో చాలా బాధ కలిగింది. రవీంద్రుడు ఆ సమయంలో శిలాయిదహ్ లో లేరు. కానీ ఆయన గురించి ఎదురు చూసే సమయం లేదు. కోఠీ బాడీ దర్వానుగా నెలకు 15 రూపాయలతో మాలాసింగ్ ని ఆమెయే నియమించింది. దరిద్రుని హృదయ భారం కొంచెం తేలిక అయ్యింది.

మాలాసింగ్ మంచి పొడుగైన వాడే కాక బలిష్ఠమైన దేహం కలవాడు కూడా. శరీరాన్ని బట్టి రోజూ రెండుసార్లు నాలుగు సేర్ల పిండి (రొట్టెలు) తినగలిగే వాడు. ఒక నెల తర్వాత తన 15 రూపాయల జీతం భోజనానికే సరిపోతోంది, ఇంటికి ఏమి పంపించలేక పోతున్నానని బాధపడ్డాడు. ఈ మాట మృణాళినీ దేవి చెవిన పడింది. మాలాసింగ్ కు కబురు పంపింది. అతను వచ్చి తన పరిస్థితి కపటం లేకుండా చెప్పాడు. అతని మాటలు విని దయ తలచి అమ్మ (మృణాళినీ దేవి) అతనికి భండారం నుంచి రోజు నాలుగు సేర్ల పిండి ఇచ్చే ఏర్పాటు చేసారు. జీతం పెరిగింది కాని తర్వాత కూడా ఈ ఏర్పాటులో ఏమి మార్పు రాలేదు.

ఈరోజుల్లోనే మృణాళినీ దేవి కోఠీబాడీ లో కూరగాయల తోట ఉండేది. ఇది ఆమె పర్యవేక్షణలోనే ఉండేది. తరచుగా ఆడపిల్లలతో ఆమె ఇక్కడ తోట పని చేస్తూ ఉండేది. ఎస్టేట్లో నివసించే ఉద్యోగస్థుల కుటుంబాలకు ఆమె ఈ తోట నుంచి కూరగాయలు పంపుతూ ఉండేది. తక్కువ జీతం వచ్చే ఉద్యోగస్థులకు ప్రభుత్వ ఖర్చుతో ఒక మెస్ ను కూడా ఏర్పాటు చేసింది. వారానికి రెండుసార్లు అక్కడికి కూడా కూరగాయలు పంపిస్తూ ఉండేది.

శిలాయి దహ్ నుంచి మృణాళినీ దేవి వెళ్ళిపోయినప్పుడు, వంటవాడు, పని వాళ్లు, విపరీతంగా బాధపడ్డారు. మాలాసింగ్ ఒకటే ఏడుపు. అతను అమ్మ దయ వలన తన కష్టాలు తీర్చుకున్నాడు. ఆరోజు వాళ్లకి విజయ దశమి దుర్గా మాతకు వీడుకోలు దినంలా అనిపించింది. దుఃఖ భారంతో ఉన్న అందరినీ అమ్మ దగ్గరకు పిలిచి చెప్పింది- "బాధపడవద్దు, నేను మళ్లీ వస్తాను, మిమ్మల్ని అందరిని నేను మాత్రం మరిచి పోగలనా!" ఆమె ఆప్యాయత, ఆదరణలో ఉన్న మోహినీ శక్తి వల్ల వాళ్ళందరూ కుదుట పడ్డారు.

మహర్షి (దేవేంద్రనాథ్) స్వర్గస్తుడైన చిన్న తమ్ముడు నాగేంద్రనాథ్ భార్య త్రిపుర సుందరి, మహర్షి కోడళ్ళకు తల్లి లాంటిది, అత్యంత ప్రీతి పాత్రురాలు. ఆమె జోడాసాంకో ఇంట్లో నివసించేది కాదు. బిర్జితలాలో ఒక ఇంట్లో ఉండేది. మహర్షి ఆ ఇల్లు ఆమెకి ఇచ్చేసారు. ఆ ఇంట్లోనే ఆమె జీవిత పర్యంతమూ నివసించింది. అప్పుడప్పుడూ కలవటానికి జోడాసాంకో ఇంటికి వచ్చి క్షేమ సమాచారాలు కనుక్కొని ప్రేమగా మాట్లాడి వెళ్లిపోయేది. కోడళ్ళు ఎంత బ్రతిమాలినా ఆమె ఎప్పుడు నీళ్లు కూడా తాగేది కాదు. ఇది అందరికీ ఆశ్చర్యకరంగా ఉండేది. దేనికైనా కారణం ఉంటుంది కదా! దీనికి ఒక ముఖ్య కారణం ఉంది. తమ్ముని భార్యకు మహర్షి ప్రతినెలా 100 రూపాయలు ఖర్చుకు గాను ఇచ్చే విధంగా ఏర్పాటు చేసారు. ఒకవేళ ఆమెను హత్య చేస్తే ఆ రూపాయలు ఇచ్చే అవసరం ఉండదు కదా! అలాంటి అర్థంలేని సంశయం త్రిపుర సుందరి మనసులో ఉండేదట.

స్త్రీ సహజమైన విచక్షణా శక్తి అభావం వలన, మహర్షి ఉన్నత వ్యక్తిత్వం గురించి అవగాహన లేకపోవడం వలన ఈ రకమైన అభిప్రాయం ఆమెలో కలిగింది. ఏది ఏమైనా ఆమె ఈ ప్రవర్తన వెనుక ఈ సందేహం కారణం అంటారు. ప్రతి నెలా మహర్షి ప్రధాన కోశాధికారి త్రిపుర సుందరీ దేవికి వంద రూపాయలు ఇవ్వటానికి వెళ్లేవారు. ఆమె వంద రూపాయల ఒక నోటే తీసుకోవటానికి ఇష్టపడేదని, దానిని మరీ మరీ పరీక్షించి

తీసుకునేదని అతని వలన తెలిసింది.

ఒకసారి పిన్ని గారు (త్రిపుర సుందరి) జోడాసాంకో వచ్చినప్పుడు మృణాళినీ దేవి "నేను స్వయంగా ఈ మిఠాయిలు చేశాను. మీరు ఎప్పుడు ఏమి తినకుండా వెళ్ళిపోతారు, ఒక్కసారి కూడా తినలేదు. ఈరోజు మీరు తప్పక తినాలి"- అంది. చిన్న కోడలి కోరిక కాదనటం ఎలాగో తెలియని సంశయంలో ఆమె పడిపోయింది. ఆమె హావ భావాలు చూసిన మృణాళినీదేవి అన్ని మిఠాయిలు ఒక పళ్లెంలో చురుకుగా సర్ది ఆమె ఎదుట పెట్టింది. ఇంత చక్కని ఏర్పాటు చూసిన త్రిపుర సుందరీ దేవి కాదన లేకపోయింది. ఇక ఏ దారి లేక, కాదనటానికి అవకాశం లేక అక్కడ ఉన్న కోడళ్ళందరికీ తినిపించి తను కూడా తిన్నది. మిఠాయిలలో ఏదైనా తేడా ఉంటే అందరికీ పనికిరాదు కదా అని. అందరూ తిన్నారు, అందరికీ పంచడానికి మూల కారణమని కోడళ్ళు గ్రహించారు. ఆమె సంకల్పం నెరవేరలేదు కాని, సంశయం మాత్రం తగ్గలేదు.

బలేంద్రనాథ్ వివాహం గురించి ప్రస్తావిస్తూ అతని తల్లి ప్రఫుల్లా మాయాదేవీ తన చిన్న తోటికోడలు మృణాళినీ దేవీని చాలా పొగుడుతూ రాసింది- "బలూ వివాహం చాలా వైభవోపేతంగా జరిగింది... నా చిన్న తోటికోడలు మృణాళినీ దేవి నాకు అనేక విధాలుగా సహాయం చేసింది. కుటుంబంలోని ఆత్మీయులతో సరదాగా గడపడం ఆమెకు చాలా ఇష్టం. ఆమె మనస్సు చాలా మంచిది. అందుచేత కుటుంబంలో అందరూ ఆమెను ప్రేమిస్తారు".

పిల్లల చదువుల కొరకు రవీంద్రనాథ్ శిలాయిదహ్ లోని కోఠీబాడీ ఇంట్లో పాఠశాల నడుపుతూ అక్కడే ఉండేవారు. ఆ రోజుల్లో మృణాళినీ దేవీ మంచి పిండి వంటలు చేసి ఉద్యోగస్థులకు, జమీందారీ కచేరీకి పంపుతూ ఉండేది. కొంత మంది ఉద్యోగస్థులను అప్పుడప్పుడు ఇంటికే భోజనానికి పిలిపించేది. ఆమె గొప్ప స్నేహశీలి.

బంధువులు, స్నేహితులతో విందు-వినోదాలు కవిగారికి కూడా ఇష్టమే. ఆయన ఆప్తుడైన ప్రియనాథ్ సేన్ ను రవీంద్రుడు ఒకసారి మధ్యాహ్నం భోజనానికి ఆహ్వానించారు కానీ, భార్యకు చెప్పడం మరిచిపోయారు. భోజనం సమయంలో కూడా మర్చిపోయారు. సమయానికి కుటుంబంలో అందరూ భోజనం చేయడం అయిపోయింది. భోజనం అయిన తర్వాత రవీంద్రుడు తన గదిలో విశ్రమిస్తున్నారు. స్నేహితుడు ఆహ్వానించాడని గౌరవంతో ప్రియనాథ్ విచ్చేసారు. రవీంద్రునికి తన పొరపాటు తెలిసింది. స్నేహితుని సగౌరవంగా కూర్చోపెట్టి భార్యకు ఈ సమాచారం తెలియజేసారు. అతనితో కొంచెం సేపు మాటలతో కాలక్షేపం చేయమని భర్తకు చెప్పింది. ముందు మిఠాయిలు పంపింది. వంటలు చేయటంలో అత్యంత నేర్పరితనం కల మృణాళినీదేవి అతి కొద్ది సమయంలో వంటచేసి భోజనాల గదిలోకి రమ్మని కబురు పంపించింది. స్నేహితునితో భోజనాల గదిలోకి వచ్చిన రవీంద్రుడు ఆశ్చర్యపోయాడు. ఏ రకమైన కొరత లేకుండా అన్నీ భోజ్య పదార్థాలు వడ్డించి ఉన్నాయి. రవీంద్రుడు మనస్సులో కృతజ్ఞత నిండిపోయింది. భార్య యొక్క యోగ్యత, నైపుణ్యం అవగాహన అయ్యింది. స్నేహితుడి భోజనం అయ్యింది. భార్య నైపుణ్యం వలన గృహస్థుని పొరపాటు తెలియలేదు. అదే గృహిణి దక్షత కవి అనుకున్నాడు. "సా భార్యా యా గృహే దక్షా". అని

మిత్రుల సంఖ్య తక్కువైనా కవిగారి ఇంట్లో మిత్ర సమావేశాలు ఏమీ తక్కువ అయ్యేవి కావు. కవిగారి పొరపాటు ఒకసారి కాదు, అనేక సార్లు జరిగింది. కవి స్వభావాన్ని తెలుసుకొని మృణాళినీ దేవి అనేక రకాల పిండి వంటలు వండి ఉంచేది. మిత్ర సమావేశాలలో ఎప్పుడూ తినుబండారాలతో ఏ లోటు ఉండేది కాదు.

దేశబంధు చిత్తరంజన్ దాస్ రవీంద్రునికి అత్యంత ప్రీతిపాత్రుడు. తరచూ వస్తూ ఉండేవారు. మెట్లు ఎక్కుతూనే ఆకలేస్తోందని పిన్నిగార్ని పిలుస్తూనే వచ్చేవారు. పిన్నిగారు కూడా ఎప్పుడూ తయారుగానే ఉంటారు. ఆప్యాయంగా తినిపించేవారు. స్నేహపూరిత

వాతావరణం ముచ్చటగా ఉండేది.

కవి లోకేంద్రనాథ్ ఒక సమయంలోనే విదేశంలో (బ్రిటన్‌లో) ఉన్నప్పటి నుంచీ ఇద్దరికీ మంచి స్నేహం. కవిని కలవటానికి లోకేంద్రనాథ్ తరచూ వస్తూ ఉండేవారు. స్నేహితుని భార్య మృణాళినీ దేవి ఆప్యాయతతో ఆతిథ్యం ఇచ్చేది. ఆమె ఆప్యాయతలో పక్షపాతం లేదు. బలేంద్రనాథ్, అతని సోదరుడు చిన్నాన్న (రవీంద్రుడు) దగ్గర ఉండటానికి ఇష్టపడేవాళ్ళు. తమ కొడుకులాగా చూసుకునే వాళ్ళిద్దరి ఆపేక్ష అలాంటిది. మృణాళినీదేవి అభినయంలో సహజంగానే మంచి నైపుణ్యం కలది. దుర్గా పూజా రోజుల్లో సతేంద్రనాథ్ పార్క్ స్ట్రీట్ ఇంట్లో రవీంద్రుని "రాజా ఓ రాణీ" నాటకాన్ని అభినయించడం జరిగింది. నాటకంలో నారాయణి పాత్ర మృణాళినీ దేవీ అభినయించింది. నారాయణి పాత్రను తన సహజ నటనతో పోషించింది. అవనీంద్రనాథ్ రావత్ తన "ఘరోవా" పత్రికలో ఈ నాటకం గురించి ప్రస్తావిస్తూ - థియేటర్లో అభినయించే అభినేతలు, అభినేత్రులు, పార్క్ స్ట్రీట్ ఇంట్లో చూసి వెళ్లారు. తర్వాత ఎమరాల్డ్ లో ఈ నాటక ప్రదర్శన జరిగినప్పుడు ఆ నాటకంలో అభినేత్రులు ఠాకుర్ బాడీ అభినయ రీతిని అనుకరించడం ఆశ్చర్యం కలిగించింది.

పాఠశాల గదిలో కూర్చొని విద్యని అభ్యసించడంలోని ఆవేదన కవి మనస్సులో ఎప్పుడూ మెదులుతూనే ఉండేది. విద్యని అభ్యసించే ఈ విధానం ఆయనకి ఏమాత్రం ఇష్టం లేదు. అందుచేతనే తన ఆదర్శాలకు అనుగుణంగా విద్యాలయ స్థాపన చేయాలనే సంకల్పంతో 1901లో శాంతినికేతన్ లో "బ్రహ్మచర్యాశ్రమం" అనే ఆదర్శ విద్యాలయాన్ని మొదలు పెట్టడం జరిగింది. శిలాయిదహ్ లో ఏ ఆదర్శంతో 'గృహ విద్యాలయం' ప్రారంభించారో దాని సమగ్ర రూపంగా ఈ విద్యాలయం రూపు దిద్దుకున్నది. పుష్యమాస సప్తమినాడు మహర్షి దేవేంద్రనాథ్ (రవీంద్రుని తండ్రి) ఈ ఆశ్రమంలో దీక్ష తీసుకున్నారు. ఈ ఆశ్రమం నడిపే క్రమంలో రవీంద్రుని ఆర్థిక పరిస్థితి

క్షీణించింది. అప్పులు చేసి ఆ విద్యాలయ వ్యవహారం నిర్వహించవలసి వచ్చింది. ఆ సమయంలోనే జగన్నాథ్ పురిలో ఉన్న ఇల్లు అమ్మవలసిన పరిస్థితి ఏర్పడింది. మృణాళినీ దేవీ తన నగలను అమ్మివేసి రవీంద్రుని ఆశ్రమం నడపడానికి సహాయపడింది. సంకల్ప సిద్ధి సాధన మహనీయుల స్వభావం కదా!

ఆర్థిక పరిస్థితి గురించి రవీంద్రుడు భార్యకు రాసిన ఉత్తరంలోని అంశం- "మనసులో ధనోపార్జన ఉపాయాలు ఆలోచిస్తూ ఉన్నాను. చూడు! ఉదయమే లేచి పుస్తకం రాస్తూ కూర్చున్నాను. దీని ద్వారా ఎంత డబ్బు వస్తుందో ఒకసారి ఆలోచించు. ముద్రణ ఖర్చులు పోగా ఒక 15 రూపాయలు మిగులుతాయి. ఈ రకంగా చేస్తేనే రూపాయలు సంపాదించగలుగుతాము."

ఆశ్రమ వ్యవహారాల్లో కవి సహధర్మిణి, సహకర్మిణి అయ్యింది. విద్యాలయ నియమానుసారంగా విద్యార్థులు చేయవలసిన అన్ని పనుల మీద దృష్టి పెట్టేది. పిల్లల సౌకర్యం కోసం భోజనాలు భారం తన భుజాల మీద వేసుకుంది. విద్యాలయాన్ని గురించి ప్రస్తావిస్తూ నా ఆత్మీయుని అభిప్రాయం విన్నాను. "ఆశ్రమంలో అధ్యాపకులు చాలా సుఖంగా ఉన్నారు. అంత అదృష్టం బ్రిటిష్ ప్రభుత్వ ఉద్యోగులకు కూడా దొరకదు. ఆశ్రమంలో రథీంద్రుని తల్లి మృణాళినీ దేవి అత్యంత వాత్సల్యంతో భోజనాలలో ఏ లోటు ఉండకూడదని స్వయంగా పర్యవేక్షణ చేస్తుంది."

సౌభ్రాతృత్వం, సంయమనం, నియమానుపాలన, మంచి నడవడిక మొదలైన సద్గుణాలను చిన్నప్పటి నుంచీ వారిలో కలిగించి, విద్యాలయ విద్యావిధానాన్ని, రక్షించడానికి మృణాళినీ దేవి గొప్ప కృషి చేసింది.

అలవాటు లేని ఈ కఠోర శ్రమ వలన ఆమె శరీరం అలసిపోయింది. ఆమె ఆరోగ్యం క్షీణించింది. వైద్య నిమిత్తం కలకత్తా కూడా తీసుకువెళ్లారు. ఆరోగ్యం ఏమీ మెరుగు కాలేదు. ఆశ్రమ జనని జీవితం సమాప్తమై పోయింది. సహచరిణి, సాహచర్యం

అయిపోయింది. మామగారు, భర్త, పుత్రులు-పుత్రికలు, అల్లుడు-కోడళ్ళు అందరితో శోభిల్లే ఆ ఇల్లు కళావిహీనం అయిపోయింది.

మృణాళినీ దేవీ రెండు నెలలు అనారోగ్యంతో బాధపడింది. అన్ని రోజులు ఆమె మంచం పక్కన కూర్చుని బాధపడుతున్న భార్యకు కవి చేసిన సేవ ఇంతా అంతా కాదు. చాలా అదృష్టవంతులైన భార్యలకు ఇలాంటి ప్రేమ దొరుకుతుందేమో. అనారోగ్యంగా ఉన్న భార్య మనశ్శాంతికి రవీంద్రుడే ఆమెకు సేవ చేసారు. కరెంట్ ఫ్యాన్లు అప్పుడు లేవు. విసనకర్రతో అలసట అనుకోక ఆమె జ్వర తాపాన్ని తగ్గించడానికి విసురుతూనే ఉండేవాడు. ఈ నిరంతర సేవ భార్య-భర్తల ప్రగాఢ అనురాగానికి తార్కాణం.

1902 లో మృణాళినీ దేవీ స్వర్గస్తురాలైనది. భార్య మరణించిన వెంటనే ఆమె పక్కన నుంచి లేచి రవీంద్రుడు మిద్దె మీదకు వెళ్లిపోయారు. రాత్రంతా అక్కడే ఉండిపోయాడు. కోడలు మృత్యు వార్త విని మహర్షి - "రవి గురించి నేను చింతించను. అతడు అధ్యయనం, రచనా వ్యాసంగంలో రోజులు గడపగలుగుతాడు. కాని ఈ చిన్న పిల్లల గురించి చాలా బాధగా ఉంది" అని దుఃఖించారు.

మృణాళినీ దేవి మంచం పట్టాక చూడటానికి ఆమె మేనత్త సవతి రాజ్యలక్ష్మీదేవి కలకత్తా వచ్చింది. సొంత మేనత్త కాకపోయినా ఆమెకు మృణాళినీ దేవి అంటే చాలా ప్రేమ ఉండేది. ఆ సమయంలో ఆమెతో మేన కోడలు మృణాళినీ దేవీ అంది- "అత్తా! నేను మంచం దిగలేక పోతున్నాను, పిల్లలు చాలా కష్టపడుతున్నారు. వాళ్ళని పట్టించుకునేవాళ్లు లేరు. వాళ్ళని నువ్వు చూసుకుంటే నాకు నిశ్చింతగా ఉంటుంది". అత్త మృణాళినీ దేవి కోరిక మన్నించి పిల్లల బాధ్యత తీసుకుంది. శాంతినికేతన్ ఇంట్లో కూడా ఆమె పిల్లల లాలనా-పాలనా చూసుకునేది. మీరా, రథీంద్ర అప్పుడు పసి పిల్లలు.

భార్య పరలోకం వెళ్లినప్పటి నుండీ రవీంద్రుని ప్రేమపూరిత హృదయానికి పెద్ద అఘాతం కలిగింది. భార్య స్మృతిలో రాసిన "స్మరణ" గీతాల్లోని ప్రతి పంక్తి లోనూ కవి ప్రణయవేదన అనుధ్వని స్పష్టంగా వినిపిస్తుంది.

****

మృణాళిని దేవి

మాతృస్మృతి

మాతృస్మృతి

రథీంద్రనాథ్[8] ఠాకూర్

నాన్నగారు తన గదిలో రాసుకుంటూనే ఉండేవారు. ఆయన రాసుకునే వేళలో మేము ఆ గదిలోకి వెళ్లకూడదు. ఆదివారం ఉదయం నన్ను, అక్కను తన గదిలోకి పిలిచేవారు. ఆ రోజు గడియారానికి Key ఇచ్చే రోజు ఉండేది. తను ఎప్పుడూ వాడుకునే బంగారం జేబు గడియారానికి మొదట Key ఇచ్చేవారు. అది ఆయనకు వివాహ సమయంలో బహుమానంగా ఇచ్చారు. దానికి రెండు వైపుల చిన్న తలుపుల్లా ఉండేవి. బటన్ నొక్కితేనే రెండు ఒకేసారి తెరుచుకునేవి. వాటి వెనకాల భాగంలో ఆర్.కె. అని రాసి ఉండేది. కొన్ని సంవత్సరాల తర్వాత దానిని అమ్మవలసిన అగత్యం వచ్చింది. అప్పుడు ఆయన శాంతినికేతనంలో బ్రహ్మచర్య ఆశ్రమం స్థాపించారు. కావలసినంత ధనము ఆయన దగ్గర లేదు. ఒక్కొక్కటే చాలా వస్తువులు అమ్మవలసి వచ్చింది. ఆఖరికి తన పుస్తక భాండారాన్ని కూడా అమ్మి విద్యార్థులకు వసతి గృహాన్ని కట్టించడం మొదలు పెట్టారు.

అక్షయ చౌధురీ మహాశయుని భార్య (ఆమెను మా ఇంట్లో అందరూ 'లాహోరీనీ'[9] అని పిలిచేవారు) నాన్నగారి దగ్గర నుంచి ఆ జేబు గడియారం కొన్నది. చాలా సంవత్సరాల తర్వాత నా వివాహ సమయంలో బహుమతిగా ఆమె ఒక చిన్న పెట్టె ఇచ్చారు. తెరిచాక ఆ పెట్టెలో నాన్నగారి జేబు గడియారం చూసి ఆశ్చర్యపోయాము. నా

---

[8] రవీంద్రనాథ్ కుమారుడు.

[9] లాహోర- ప్రస్తుతం పాకిస్తా న్ లోఉన్న లాహోర్.

హృదయం కృతజ్ఞతతో నిండిపోయింది. ఆ జేబు గడియారం ఇప్పటికీ రవీంద్ర సదన్ లో ఉంది.

నాన్నగారు తన గదిలో రాసుకోవడంలో మునిగి ఉండేవారు. అమ్మ పిల్లలు, సంసార బాధ్యతలలో, పనులలో మునిగి తేలేది. అందుకే చిన్నప్పటి జ్ఞాపకాలలో అమ్మ గురించే ఎక్కువ గుర్తుకొస్తుంది. ఆమెకు తన పిల్లలు ఐదుగురు అయినా, ఆమె కుటుంబం చాలా పెద్దది. ఇంట్లో చిన్న కోడలు అయితేనేమి, జోడాసాంకో ఇంటి అసలు గృహిణి ఆమెనే. అందరూ తమ కష్ట-సుఖాలు చెప్పుకోవడానికి చిన్నమ్మ గారి దగ్గరకు పరిగెత్తేవారు. అందరి ఎడల ఆమెకు సమభావమే. వాళ్ళ కష్టం ఆమె కష్టంగా, వాళ్ళ సంతోషం ఆమె సంతోషంగా భావించేది. అధికారంతో గట్టిగా చెప్పి పనులు చేయించుకునే అవసరం, ఆమెకు ఎప్పుడూ రాలేదు. ఆమె అందరి ప్రీతి పాత్రురాలు కాబట్టి అన్నీ పనులు అయిపోయేవి. చిన్న పెద్ద అందరికీ ఆమె అంటే ఇష్టం. అందరిలో బలూ దాదా (రవీంద్రనాథ్ అన్న కుమారుడు.) అంటే అమ్మకు చాలా ఇష్టం.

మా అమ్మ మృణాళినీ దేవీ ఎప్పుడూ పాఠశాలకు వెళ్ళి చదువుకోలేదు. నేర్చుకున్నది అంతా వివాహం అయిన తర్వాత నాన్నగారే ఆమెకు శిక్షణ ఇచ్చారు. చిన్న వయసులోనే బలూదాదా, సాహిత్యనురాగి. సంస్కృతం, బంగ్లా, ఇంగ్లీషులలో ఏ పుస్తకం చదివినా అమ్మకు వినిపించకపోతే ఆయనకు తోచేది కాదు. బలూదాదా వలన మూడు భాషల సాహిత్యంలో అమ్మకు మంచి అవగాహన ఏర్పడింది. బలూదాదా నన్ను చిన్నప్పటి నుంచి తమ్ముడిగా అప్యాయంగా చూసేవారు. ఆయన నా చిన్నప్పటి ఆదర్శ పురుషుడు. నేను ఎప్పుడూ ఆయనతో పాటే తిరుగుతూ ఉండే వాడిని. అమ్మ స్నానం చేయించేది. తయారవడానికి నేను బలూదాదా దగ్గరకు వెళ్లేవాడిని.

శాంతినికేతన్ లో మేము ఉండటానికి అప్పటికీ ఇంకా ఇల్లు కట్టలేదు. అందువలన అతిథి గృహంలోనే ఉండేవాళ్లం. వంటగది కొంచం దూరంగా ఉండేది.

అమ్మకి వంట చేయడం ఇష్టంగా ఉండేది. ఆమె రెండో అంతస్తులోని వరండాలో ఆమె తన వంట ఏర్పాటు చేసుకుంది. సెలవు రోజుల్లో ఆమె స్వయంగా వంట చేసి మాకు తినిపించేది. అమ్మ రకరకాల మిఠాయిలు చేసేది. జాలీ అలమారులో నోరూరే వంటకాలు ఎప్పుడూ ఉండేవి. మా మిత్రులతో కలిసి అవన్నీ ఖాళీ చేసేవాళ్ళం. నాన్నగారి కోరిక ప్రకారం క్రొత్త-క్రొత్త మిఠాయిలు తరచుగా చేయవలసి వచ్చేది. ఒకసారి మామూలు "గుఝియా" లో కొంచెం మార్పులతో ఒక కొత్త రకం మిఠాయి తయారైంది. దానికి నాన్న గారు "పరి బంధ్" అని పేరు పెట్టారు.

అది తినటానికే కాక చూడటానికి కూడా చాలా బాగుంది. ఆ రోజుల్లో చాలా ఇళ్లలో ఈ మిఠాయి ప్రాచుర్యం పెరిగింది. కాని ఒకరోజు నాన్న గారు 'మానక్ చూర్ జలేబీ' చేయమంటే దాటేద్దామని చూసింది. మళ్ళీ చేసేసింది. చూస్తే దీంట్లో కూడా ఆమె చేతి మిఠాయిల వలె ప్రత్యేకమైన రుచి ఉంది. మామూలు జిలేబీ కంటే చాలా బాగుంది. నాన్నగారు తరచుగా ఇలాంటి కోరికలు కోరుతూ ఉండేవారు, అమ్మ కూడా అవన్నీ ఉత్సాహంగా చేస్తూ ఉండేది.

కలకత్తాలో కుటుంబం, బంధువులతో ఒక బృహత్ కుటుంబంలో స్నేహ వాతావరణంలో ఉండటానికి అలవాటుపడింది. అందుచేత కలకత్తా వదిలి శాంతినికేతన్ లో ఉండటం ఆమెకు పెద్ద సంతోషంగా ఉండేది కాదు. కొన్ని రోజులు అతిథిగృహంలో, చిన్న చిన్న ఇండ్లలో ఉండవలసి వచ్చింది. ఇల్లు సరిగ్గా, సదుపాయంగా ఏర్పాటు చేసుకోవడానికి వీలుపడలేదు. ఆమెకు ఎంతో కష్టంగా ఉన్నా, ఏ సదుపాయాలు లేకపోయినా ఉత్సాహంగా నాన్నగారి అన్ని పనులలో చేదోడు-వాదోడుగా ఉండేది. ఇక్కడ ఆమె చాలా త్యాగం చేసింది. ఎప్పుడూ నాన్న గారికి ధనం అవసరమై నా ఒక్కొక్క నగ అమ్మి ఆయనకు సహాయం చేసేది. చివరికి చేతులకు మామూలు గాజులు, మెడలో ఒక గొలుసు తప్ప ఏమీ మిగలలేదు.

అమ్మకి వివాహ సమయంలో వచ్చిన అనేక నగలే కాక, అత్తగారి బరువైన పాత బంగారు ఆభరణాలు కూడా ఉండేవి. శాంతినికేతన్ ఖర్చులో ఇవి అన్నీ అంతర్ధానం అయిపోయాయి. నాన్నగారి దగ్గర ఉన్న ఖరీదైన వస్తువులన్నీ ముందే అమ్మి ఖర్చు పెట్టారు. ఆయన స్థాపించిన విద్యాలయం ఏదో తన సరదాతో స్థాపించినది కాదు. ఆయన దృష్టిలో ఉన్న ఆదర్శ విద్యా విధానాలన్నీ ఒక విద్యాలయం స్థాపించి ప్రత్యక్షంగా చూపించాలి అనే ఆయన సంకల్పం యొక్క పరిణామం. కేవలం ఆదర్శవాది కాదు. ఆ ఆదర్శం కార్యాచరణ ద్వారా చూపించనిదే ఆయనకు తోచేది కాదు. దాని గురించి ఎంతటి త్యాగానికైనా సంసిద్ధంగా ఉండేవారు. ఆ త్యాగం లో అమ్మ కూడా తన వంతు పాత్ర నిర్వహించారు. నాన్న గారికి లౌకిక వ్యవహారం తెలియక చేస్తున్న పనులలో, అమ్మ సహకరిస్తున్నందుకు బంధు మిత్రులు అవహేళన ఆమె భరించవలసి వచ్చింది. చాలా రోజుల వరకూ, జీవించినంత కాలం అమ్మకు, తర్వాత నాన్న గారికి కూడా బంధువుల వ్యతిరేకత, అవహేళన భరించవలసి వచ్చింది.

శాంతినికేతన్ లో కొన్ని నెలలు ఉన్న తర్వాత ఆమె ఆరోగ్యం కొంచెం పాడయింది. తర్వాత మరీ అస్వస్థతకు గురి అయిన తర్వాత ఆమెను కలకత్తా తీసుకువెళ్లారు. నాన్నగారు అప్పుడు కలకత్తాలోనే ఉన్నారు. ఆయన ద్విపేంద్రనాథ్ అన్నయ్యను అమ్మని కలకత్తా తీసుకురమ్మని కబురు పంపారు. ఆ రోజు ఆమెను తీసుకువెళ్లే దృశ్యం నాకు ఇప్పటికీ గుర్తు ఉంది. నేను కిటికీ దగ్గర కూర్చొని బయటకు చూస్తున్నాను. వరుసగా ఎన్నో తాడి చెట్లు, ఎన్నో ఈత చెట్లు, వెదురు పొదలతో నిండిపోయిన ఒక కుగ్రామము, దూరంగా గోడ మీద భయం లేకుండా కూర్చొన్న చిన్న పిల్లవాడు. ఈ గ్రామీణ దృశ్యాలన్నీ నా కండ్ల ఎదురుగా కదులుతూ చిత్ర విచిత్రంగా కనిపిస్తున్నాయి. చూసి చాలా బాగా అనిపించింది. అమ్మను లేపి చూపించాను. తర్వాత జన శూన్యమైన మైదానం. కట్టలు తెగిపోయిన చెరువు, దాంట్లో ఉన్నంత నీటిలోనే లెక్క లేనన్ని తెల్ల

కలువలు, అమ్మను పిలిచి చూపించాను. తరువాత కూడా ఎన్ని సార్లు బోల్ పూర్ వెళ్లాను. ప్రతిసారి ఆ చెరువు చూస్తూ ఉండేవాడిని. కాని చెరువులో నీళ్లు లేవు, మట్టి నింపివేసి నేలతో సమానంగా చేసేసారు. ఇప్పుడు అక్కడ కమలాలు వికసించవు.

కలకత్తా వచ్చాక అమ్మ ఆరోగ్యం మరీ క్షీణించింది. ఎలోపథీ డాక్టరు జబ్బుకు కారణం కనిపెట్టలేక పోయారు. ఇంక నాన్నగారే హోమియోపతి వైద్యం చేయడం మొదలుపెట్టారు. ఆ రోజుల్లో ప్రముఖ వైద్యులు డాక్టర్ ప్రతాప్ మంజుదార్ డి. ఎన్. రాయ్ మొదలైన వాళ్ళు ఎప్పుడూ ఇంటికి వస్తూ ఉండేవారు. వాళ్ళంతా నాన్నగార్ని చాలా గౌరవించేవారు. అంతే కాకుండా హోమియోపతి వైద్యంలో నాన్నగారిని వారితో సమానంగా భావించేవారు. అమ్మ వైద్య విషయంలో వాళ్లు కూడా నాన్న గారిని సంప్రదించి నిర్ణయం తీసుకునేవారు. వీరందరి వైద్యం, నాన్నగారు నిర్విరామ సేవ చేస్తున్నా ఆమె ఆరోగ్యం కుదుటపడలేదు. ఇప్పుడు నాకు అనిపిస్తుంది. ఎపిండిసాటిస్ అయి ఉంటుందని. అప్పుడు ఆ రోజుల్లో ఈ జబ్బు విషయం అవగాహన లేదు. ఆపరేషన్ విధానం ఇంకా ఆవిష్కరింపబడలేదు.

అమ్మ మరణించే ముందు నాన్నగారు నన్ను పిలిచి, అమ్మ గదిలోకి తీసుకువెళ్లి ఆమె మంచం మీద కూర్చోమన్నారు. అప్పటికి ఆమెకు మాట రావడం లేదు. నన్ను చూసి కళ్ళలోంచి అశ్రుధార ప్రవహించింది. అదే అమ్మను ఆఖరిసారిగా చూడటం అయ్యింది. ఆ రాత్రి మమ్మల్నందరినీ పాత ఇంటిలోని మూడవ అంతస్తులో ఉండమని పంపించేసారు. ఆ రాత్రి అంతా ఏదో తెలియని బెంగతో గడిచింది. తెల్లవారు ఝామున కొద్ది వెలుగులో వరండాలోకి వెళ్లి ఇంటి వైపు తదేకంగా చూసాను. ఇల్లంతా అంధకారమయం. నిశ్శబ్దం, ఏ చప్పుడు లేదు. మా అందరికీ అర్థం అయిపోయింది. అమ్మ ఇక లేదని, ఆమెను తీసుకు వెళ్లిపోయారు.

సహానుభూతితో పరామర్శించడానికి ఆ రోజు రాత్రి వరకు గుంపులు- గుంపులుగా వస్తూనే ఉన్నారు. నాన్న గారు గంభీరంగా మాట్లాడుతున్నారు. ఆయన తనను ఎంత నిగ్రహించుకుంటున్నారో నాకు తెలుసు. ఒక నెల రోజులు స్వయంగా పగలు-రాత్రి అమ్మను చూసుకుంటూ సేవలు చేసారు. నర్సుని పెట్టనివ్వలేదు. అలసటతో శరీరం మనస్సు, పైనుంచి ఈ దారుణ దుఃఖం. అందరూ వెళ్లిపోయిన తర్వాత నన్ను పిలిచి ఆమె ఎప్పుడూ వాడుకునే చెప్పులు, బూట్లు నా చేతుల్లో పెట్టి- ఇది నీకు ఇస్తున్నాను. వీటిని నీ దగ్గర ఉంచుకో, అన్నారు. వెంటనే ఇక ఏమీ మాట్లాడకుండా తన గదిలోకి వెళ్లిపోయారు. అమ్మ చెప్పులు “రవీంద్ర సదన్” లో ఇప్పుడు సురక్షితంగా ఉన్నాయి.

అమ్మ చనిపోయాక కొన్ని రోజులకే మేము శాంతినికేతన్ వచ్చేసాము. నాన్నగారు తన మనసంతా విద్యాలయం విషయాలలో నిమగ్నం చేసుకున్నారు. పని అయిన విరామ సమయంలో శోక తప్త హృదయంతో ఆవేశంగా ఆయన కొన్ని కవితలు రాశారు. అవి “స్మరణ” అనే శీర్షికను ముద్రించబడ్డాయి.

*****

కవిప్రియ

ఉర్మిళా దేవి

మా అక్క జోడాసాంకో[10] తరచుగా వెళ్లి వస్తూ ఉండేది. ఒకసారి రెండు, మూడు నెలలు కూడా ఉండిపోయేది. నాకు చాలా అసూయగా ఉండేది. కాని ఏమి అనడానికి ధైర్యం లేదు. ఒక రోజు 'నువ్వు కూడా వస్తావా' అని అడిగితే, ఆ రోజు నాకు ఆకాశం నుంచి చంద్రుడు నా చేతిలోకి వచ్చినంత సంతోషం కలిగింది. ఎన్నో రోజుల నుంచి ఠాకుర్ బాడీ వెళ్లాలని కోరికగా ఉండేది. ఆ ఇంటి గురించి ఎన్ని కబుర్లు, ఎన్ని కథలు విన్నానో లెక్కలేదు. ఆ ఇంటి కూతుర్లు- కోడళ్లు, అప్సరసల్లాగా ఉంటారని, పాలతో స్నానం చేస్తారని, మీగడతో నలుగు పెట్టుకుంటారని, ఎన్నో రకాల నగలు పెట్టుకుంటారని, రకరకాల వస్త్రాలు ధరిస్తారని- ఎన్నోసార్లు విన్నాను.

ఆ ఇంటికి వెళ్లి వచ్చి, అక్కడ చూసినవన్నీ నా స్నేహితురాళ్లకి కూడా చెప్పాలి. ఇంకేం కావాలి నాకు. నేను కవిప్రియను కూడా చూస్తాను. ఆ రోజు ఇప్పటికీ నాకు బాగా గుర్తుంది. అక్క నన్ను తీసుకువెళ్లి ఒక ఆమెతో పరిచయం చేసింది- "పిన్నిగారు! ఈమె నా చిన్న చెల్లెలు". ఆమె నన్ను ఆప్యాయంగా దగ్గరకు తీసుకుంది. నీ పేరేమిటని అడిగింది. ఆమె ఒక మామూలు చీర కట్టుకుంది. ఎక్కువగా నగలు కూడ పెట్టుకోలేదు. ధైర్యంగా ఆ ముఖం చూసాను. ఈమెనా కవిప్రియ అనుకున్నాను. రవీంద్రుని భార్య మరీ అందగత్తె కూడా కాదని అనిపించింది. మళ్ళీ సరిగ్గా పరికించి చూసాను. అప్పుడు ఆమె వర్చస్సు, లావణ్యంతో పాటు ఆమె ముఖంలో మాతృత్వపు అపూర్వ కాంతి కూడా కనిపించింది. ఒక్కసారి చూసాక మాటి-మాటికీ చూడాలనిపించే ముఖకాంతి.

---

[10] జోడాసాంకో కలకత్తాలోని రవీంద్రుని తండ్రిగారి ఇల్లు. దానిలో ఇప్పుడు రవీంద్రభారతి విశ్వవిద్యాలయం ఉంది.

తర్వాత అక్కతో నేను కూడా చాలా సార్లు వెళ్ళాను. ఉండేదాన్ని కూడా. మొదటి రోజు నుంచే ఆమె అంటే నాకు ఇష్టం మొదలైంది. తర్వాత ఆమె అసాధారణ మహిళ అని తెలిసింది. మాతృత్వ శోభను ఆమెలో చూసి ముగ్ధురాలైన నేను గ్రహించాను. ఆమె మాతృత్వ భావన తన పిల్లల వరకే పరిమితం కాకుండా, కుటుంబంలోని అందరి పిల్లల మీద, భృత్యుల పిల్లల మీద కూడా సమానంగా ఉండేది. అలంకరణ ఎక్కువ చేసుకునేది కాదు. రవీంద్రుడు మహర్షి దేవేంద్రనాథ్ ఆఖరి సంతానం. ఆయన అన్న, అక్కల పిల్లలు కొందరు ఆమె సమవయస్కులైతే, కొందరు చిన్నవాళ్లు ఉండేవారు. కొంత మందికి పినతల్లి, కొంత మందికి అత్తగా, పెద్ద-పెద్దకోడళ్ళు, కొడుకులు, కూతుళ్లు ఎదుట ఆమె ఏమి అలంకరించుకుంటుంది అనే భావనతో నిరాడంబరంగా ఆ బాంధవ్యాలను గంభీరంగా నిర్వహించేది. వంట చేసి అందరికీ తినిపించి తను చాలా సంతోషించేది. మా అన్నగారు ఎప్పుడైనా వెళ్లినప్పుడు మెట్ల మీద నుంచే 'ఇది తింటా, అది తింటాను' అని మెట్లు ఎక్కుతూనే గట్టిగా చెబుతూ ఉండేవారు. వెంటనే వంట గదిలోకి వెళ్లి అది వండటానికి కూర్చునేది. కవిగారు కూడా (రవీంద్రనాథ్) చూటీ బవు - అని పిలుస్తూనే మెట్లు ఎక్కుతూ ఉండేవాడు. అది వినడం చాలా బాగా అనిపించేది. అందుచేతనే ఇప్పటికీ గుర్తు ఉంది.

కవిగారు (రవీంద్రనాథ్) మంచి భోజన రసికులు. భోజనం కడుపు నింపుకోవటానికి మాత్రమే కాక, ఆయనలోని కళాకారుని హృదయానికి కూడా అది కొంతవరకు ఆహారం- అని ఆయన భోజనం చూసాక అర్థం అవుతుంది. ఆయన భోజన ప్రియులు కాదు. భోజన రసికులు. మా చిన్నక్క కూడా వంటలలో అందె వేసిన చేయ్యి. ఒకరోజు అక్క తూర్పు బెంగాలులో (ఇప్పుడు బంగ్లాదేశ్) ముఖ్యమైన ఒక మిఠాయి తయారు చేసింది. అక్కడ దాన్ని 'ఎలోఝోలీ' అంటారు. కవిగారు ఆ మిఠాయి ఇష్టంగా

తిని సంతోషించారు. పేరు తెలుసుకొని ఇంత మంచి మిఠాయికి అదేం పేరు అని 'పరి బంధ్' అని పేరు పెట్టారు. ఆ రోజు నుంచి మా ఇళ్లలో అదే పేరు స్థిరమైపోయింది.

ఆ రోజుల్లో ఆయనకు రాగయుక్తంగా గీతాలు రాసేవారు. వరండాలో పచార్లు కొడుతూ గీతరచన పూర్తికాగానే "అమ్మా! అమలా! అమలా తొందరగా వచ్చి నేర్చుకో, మళ్లీ రాగం నేను మరిచిపోతాను" అని గట్టిగా పిలిచేవారు. కవిప్రియ నవ్వుతూ అంటూ ఉండేది- "ఇలాంటి మనిషిని ఎక్కడైనా చూసారా? తను తయారుచేసిన రాగం తానే మర్చిపోతారు", దానికి కవిగారు కూడా బదులు చెప్పేవారు "అసాధారణ వ్యక్తుల అన్ని విషయాలు అసాధారణంగానే ఉంటాయి.

ఛూటీ బవు! నీకు తెలియదు కదా!" అని. మా అక్క తో కవిప్రియకు మంచి స్నేహం. ఇద్దరూ మాట్లాడుకోవడం మొదలుపెట్టారంటే ఎప్పటికీ పూర్తవదు. కవిగారు కూడా ఈ విషయంలో తమాషాగా ఏదో ఒకటి అనేవారు. ఒకసారి కవిగారు తన గదిలో రాసుకుంటున్నారు, పడకగదిలో వారి మంచం మీద పడుకొని కవిప్రియ, మాఅక్క మాట్లాడుకుంటూ తన్మయత్వంలో ఉన్నారు. కవిగారు తలవైపువచ్చి నిల్చున్నారు. కానీ వాళ్ళకి తెలియలేదు. ఆకస్మాత్తుగా కవిగారి గొంతు వినిపించింది- "ఇంకా ఎంతసేపు నిల్చోని ఉండాలి. నాకు నిద్ర రాదా" ఈ మాటలు చెవిని పడగానే మా అక్క మంచం మీద నుంచి దూకి పరిగెత్తి వెళ్లి తన మంచం మీద దుప్పటిలో మొహం దాచుకుంది. కవిగారు- "అమలా! అమలా! పడిపోతావు. జాగ్రత్త, అలా పరుగులు పెట్టకు" అంటున్నారు. మరునాడు కనిపించినప్పుడు కవిగారు చిరునవ్వుతో ఇందులో కంగారు పడాల్సినది ఏముంది? మీ ఇద్దరి మాటలు నేను కూడా సంతోషంగా, ఆనందంగా విన్నాను. ఇందులో కొన్ని విషయాలు నేను స్వయంగా చూసినవి. కొన్ని అక్క చెప్పినవి ఉన్నాయి.

కవిప్రియ జీవితంలో ఒక వెలుగులు నింపిన, ఆమె మామగారి(దేవేంద్రనాథ్) ఎడల అత్యంత భక్తి విశ్వాసాలు, ఆమె జీవన మార్గాన్ని ప్రభావితం చేసాయి. మహర్షి ఆశయాలకు అనుగుణంగా నడుచుకునేది. కవిగారితో కూడా బాబా ముషాయ్, మహర్షి దేవేంద్రనాథ్ ఉంటే ఇలా చేసేవారు అని నిలదీసి అడిగేది. ఆయన ఆశయాలు ఆమె జీవితానికి మూలమంత్రం. మహర్షి సంతానంలో అందరికంటే చిన్నవాడైనా రవీంద్రుడే ఇష్టం అనిపిస్తుంది. ఈ కోడలు అంటే ఆయనకు విపరీతమైన వాత్సల్యం. 'రథీ' అంటే చాలా ఇష్టం. రథీ అంత రంగులేదు చామన ఛాయ, కానీ ఆయన ఒప్పుకునే వారు కాదు. "మీకు తెలియదు. రథీ రవికంటే మంచి తెలుపు" అనేవారు. ఈ విషయంలో ఆయనకు ఎదురు పలికే ధైర్యం ఎవరికీ లేదు గాని వెనకాల నవ్వుకునేవారు.

కవిగారి మీద కవిప్రియకు మంచి అధికారం ఉండేది. కవిగారు భయపడేవారు కూడా. చాలా అభిమానవంతురాలు. ఆమె కోపాన్ని తగ్గించడానికి కవిగారికి కూడా చాలా కష్టంగా ఉండేది. కానీ చిన్న కూతురు రాణీతో ఆమెకు సమస్యగా ఉండేది. రాణి విచిత్రమైన స్వభావం కలది. ఇంత ఐశ్వర్యంలో సన్యాసిని మనస్సుతో పుట్టింది. దేవుడు సృష్టిని అర్థం చేసుకోలేము. చాలా అందమైనది కాదు కానీ ఆమె కళ్ళలోని భావం, మనం ఆమె వైపు నుంచి దృష్టి మళ్ళించుకోలేము. ముస్తాబు చేసుకోవడం అస్సలు ఇష్టం లేదు.

జడ వేయటం మరీ కష్టం. భోజనం పట్ల ఏమాత్రం శ్రద్ధ లేదు. మాంసాహారం, చేపల కూర ఏమాత్రం ఇష్టం లేదు. మొండితనం ఎక్కువ. తను చేయవద్దనుకుంటే ఆమె చేత ఏ పని చేయించలేరు. కోప్పడినా లాభం లేదు. కదలదు-మెదలదు. కాని కవిగారికి ఈ కూతురు అంటే చాలా ప్రేమ. ఆమె స్వభావాన్ని అర్థం చేసుకునేవారు. రాణి గురించి కవిప్రియ, అక్క ఇద్దరి మధ్య వాగ్వాదం కూడా జరిగేది. రాణి స్వభావం అసామాన్యం అని, విశిష్టమైనది అని, మీరు అర్థం చేసుకోవాలని మా అక్క చెబుతూ ఉండేది. రాణి మిద్దె మీద పరిగెడుతూ ఉంటే ఆమె జుట్టు ఎగురుతూ ఒక గుబ్బం స్వచ్ఛందంగా

అతివేగంతో పెరుగుతున్నట్లు అనిపించేది. రాణి విషయంలో రెండు సంఘటనలు నాకు బాగా గుర్తు. నీతూ బాబు కి రాణి అంటే చాలా ఇష్టం. ప్రతి పుట్టినరోజు చాలా ఖరీదైన బహుమతులు ఇస్తూ ఉండేవారు. ఒకసారి రాణి పుట్టినరోజు నాడు మేము కూడా వెళ్ళాము. నీతూ బాబు ఇంటి నుండి ఖరీదైన బహుమతి గల బాక్స్ వచ్చింది. తెరిచి చూస్తే చాలా ఖరీదైన ఫ్రాక్ ఉంది. లేసులు, ఫ్రిల్స్ తో ఆ సిల్కు ఫ్రాక్ అందంగా తయారు చేయబడింది. అందమైన ఆ ఫ్రాక్ చూసి చాలా బాగుందని ప్రశంసించారు. రాణిని పిలిచి ఆ ఫ్రాక్ తొడిగారు, సంతోషం లేదు. అద్దం ఎదుట నిల్చొని ఉంది. లేస్ లను ఒక సారి తడిమి చూసి, ఫ్రిల్స్ ను అటూ - ఇటూ తిప్పుతూ మొహం ఇంకొక వైపు తిప్పుకుంది. కొంచెం సేపు అయినాక ఆ ఫ్రాక్ లేసులు ఊడపీకి, ఫ్రిల్స్ లాగేసి, ఫ్రాక్ ని విప్పేసి మొహం తిప్పుకుని నిలబడింది. తల్లి మా అక్కను పిలిచి "అమలా! నీ అసాధారణమైన చెల్లి పని చూడు, ఏం చేసిందో చూడు. నీతూకు నేను ఇప్పుడు ఎలా ముఖం చూపించగలను" అంది. మా అక్క రాణిని ఎత్తుకొని పక్క గదిలోకి తీసుకువెళ్లి ఒక బల్లపై కూర్చోపెట్టింది. రాణి ఆమె ఒళ్ళో తలదాచుకుని కూర్చొంది. కొంచెం సేపు అయిన తర్వాత రాణితో అక్క ఇలా అంది- "రాణీ! నువ్వు చేసినది తప్పు. అమ్మకు దుఃఖం కలిగించావు. నీతూ దాదాకి (అన్న) తెలిస్తే ఎంత బాధ పడతారు". రాణి తల ఎత్తి నీళ్లు నిండిన కళ్లతో అక్కను చూస్తూ అంది- "అమలాదీ! (అక్క) వాళ్ళకి తెలుసు నాకు ఇలాంటివి ఇష్టం ఉండదని, ఇలాంటివి కట్టుకోవాలంటే నాకు అసలు ఇష్టం లేదు. నాకు అసలు ఇష్టం లేదు అని వాళ్లకి తెలుసు. అయినా నన్ను బలవంతం చేసి ఆ ఫ్రాక్ వేసారు".

ఇంకొకసారి జరిగిన విషయం— "మహల్"[11] నుంచి చేపలు (వచ్చాయి) తీసుకొచ్చారు. చూడటానికి అందరూ వెళ్లారు. రెండు పెద్ద చేపలు ప్రాణంతో కొట్టుకుంటున్నాయి. అందరూ వీటిని ఎలా-ఎలా వండవచ్చో చెబుతున్నారు. రాణి కూడా

[11] మహల్ - బెంగాల్ లో ఒక ఊరు.

ఒక పక్కన వచ్చి నిలిచింది. ఆకస్మాత్తుగా గట్టిగా బాధతో ఏడుస్తూ "అరే ఈ చేపలు మీరు తింటారా? అవి ఇంకా బతికే ఉన్నాయి" అంటూ పక్క గదిలోకి వెళ్లి మంచం మీద బోర్లా పడుకుని ఏడుస్తూనే ఉంది.

ఒక రోజు కవిగారు వచ్చి- "ఛూటీ బవు! రాణి వివాహం నిశ్చయం చేసుకుని వచ్చాను. మధ్యలో మూడు రోజులే ఉన్నాయి. తర్వాత రోజు పెళ్లి అయిపోతుంది" అన్నారు. కవిప్రియ ఆశ్చర్యంగా చూస్తూ- "ఏమంటున్నారు, ఇంత తొందరగా కూతురి పెళ్లి చేస్తారా?" అంది. "ఆ పిల్లవాడు నాకు నచ్చాడు. చూడడానికి అందంగా ఉన్నాడు. అలాగే మంచి స్వభావం కలవాడు. రాణికి మొండితనం ఎక్కువ. దాని భర్త శాంతస్వభావం కాకపోతే ఎలా కుదురుతుంది. సత్యేన్ వివాహం అయిన రెండు రోజుల్లో విదేశాలకు వెళ్లిపోతాడు. అతను వచ్చే సరికి రాణి కూడా యుక్త వయస్కురాలు అవుతుంది". "ఈ మూడు రోజుల్లో ఏర్పాట్లు ఎలా చేయగలం" అంది కవిప్రియ. "అన్నీ అవుతాయి. కలకత్తా నగరంలో ఏ పనీ ఆగిపోదు. నీవు సంతోషంగా నీ పనులు మొదలుపెట్టు. ఛూటీ బవు! అంత బాగా జరుగుతుంది". అన్నారు- కవిగారు. రాణి వివాహం ఆడంబరం ఎక్కువ లేకుండానే అయింది. రాణి ఈ వివాహం సంతోషంగా స్వీకరించ లేకపోయింది. వివాహం తర్వాత వరుడు విదేశాలకు వెళతారని తెలిసి కొంచం కుదుటపడింది. వివాహం తంతులన్నిటిలో మంచి పిల్లలా తలవంచుకునే ఉంది.

ఒక సందర్భం నుంచి ఎన్ని మాటలు వస్తాయో తెలియదు. కవిప్రియ అకాల మృత్యువు చెంది ఉండకపోతే శాంతినికేతన్ లో ఆశ్రమ విద్యాలయం ఇంకా గొప్పగా ఉండేది -అని నాకు అనిపిస్తుంది. పిల్లలు తమ ఇళ్లను వదిలి ఇక్కడకు వచ్చినప్పుడు ఆమె మాతృ ప్రేమతో నిండిన వాతావరణంలో, అనారోగ్యం అప్పుడు సేవసుశ్రూష, సుఖ-దుఃఖాలు చెప్పుకోగలిగేవారు - అనిపిస్తుంది. ఈ లోటు కవిగారు తీర్చలేరు కదా! ఒకసారి నా పిల్లవాణ్ణి శాంతినికేతన్ లో చేర్చడానికి నేను వెళ్లినప్పుడు కవి గారు ఇలా

మృణాళినీ దేవి

అన్నారు. ఇంట్లో మీ పిల్లలను ప్రేమతో పెంచుతుంటారు, ఆ పిల్లలు ఇక్కడ ఉండగలరా? ఇక్కడ చాలా అసౌకర్యంగా ఉంటుంది. నేను వాళ్ళకి అన్ని ఇవ్వగలను. కానీ తల్లి ప్రేమను అయితే ఇవ్వలేను కదా! రథీ వాళ్లమ్మ నన్ను ఈ విషయంలో నిస్సహాయుడిగా చేసి వెళ్లిపోయింది. అప్పటికి ఆమె చనిపోయి ఎన్నో రోజులు అయిపోయింది. కాని ఆయన ఎప్పుడూ ఆమెను తలుచుకుంటూనే ఉండేవారు.

కవిప్రియ స్వర్గస్థురాలైన చాలా ఏళ్ల తర్వాత కవిగారి కుటుంబంలో కొంత అశాంతి ఏర్పడింది. అప్పుడు కవిగారు మా అక్కతో అన్నారట “అమలా! మరణించాక వ్యక్తి ఎక్కడో మాయమైపోతాడు. తనకు ప్రియమైన వ్యక్తులకు దూరమైపోతారు అంటే నేను నమ్మను. ఒక రోజు నన్ను విడిచి మృత్యువాత పడినా, ఎప్పుడైనా, ఏదైనా సమస్య వచ్చి దానికి సమాధానం నాకు దొరకనప్పుడు నేను ఆమె సాన్నిధ్యంలో ఉన్నట్లు అనిపిస్తుంది. ఇప్పుడు కూడా నేను పెద్ద సమస్యలో ఉన్నా నా మనస్సులో ఏ విధమైన ద్వంద్వం లేదు”.

*****

పరిచయం

డా. (శ్రీమతి) పి. మాణిక్యాంబ "మణి"

ప్రొఫెసర్ & హెడ్ (రిటైర్డ్) హిందీ విభాగం,

ఉస్మానియా యూనివర్సిటీ, హైదరాబాదు-500007.

పుట్టిన తేదీ: 27 జూలై, 1947.

మాతృభాష: తెలుగు

1. M.A. (హిందీ), 1974, మొదటి ర్యాంక్.

రెండు బంగారు పతకాలు, ఉస్మానియా విశ్వవిద్యాలయం

2. M.A. (సంస్కృతం) 1986, ఉస్మానియా విశ్వవిద్యాలయం.

3. (పీహెచ్.డీ. హిందీ) 1980, ఉస్మానియా విశ్వవిద్యాలయం

అంశం:

మహాదేవి కే కావ్య మే బింబ్-విధాన్,

1వ ఎడిషన్-1986 ప్రచురించబడింది.

సౌరభ్ ప్రకాశన్, హైదరాబాద్,

2వ ఎడిషన్ - 2008

అన్నపూర్ణ ప్రకాశన్, కాన్పూర్. ఉత్తర ప్రదేశ్

ప్రత్యేకతలు :

1. ఆధునిక కవిత్వం.

2. తులనాత్మక సాహిత్యం.

బోధన - పరిశోధన అనుభవం: 50 సం..

జాతీయ అవార్డులు:

1.మానవ వనరుల మంత్రిత్వ శాఖ ద్వారా “జల గీత్ (కవిత) హిందీతర హిందీ - రచయిత అవార్డు-కేంద్రీయ హిందీ నిదేశాలయ్, న్యూఢిల్లీ.

2.విశ్వ హిందీ సమ్మాన్ – 2007, 8వ విశ్వ హిందీ సమ్మేళన్, న్యూయార్క్, యు. ఎస్.ఎ.2007

3.“జల్ గీత్ -” 2010కి ఉత్తమ అనువాద అవార్డు, ఆంధ్రప్రదేశ్ హిందీ అకాడమీ, హైదరాబాద్.

4.విశిష్ట హిందీ సేవి సమ్మాన్ - రాష్ట్రీయ హిందీ అకాడమీ, కోల్‌కతా.

5.“సాహిత్య- సేతు”- సమ్మాన్ 2017 - విశ్వ భారతి విశ్వవిద్యాలయం, శాంతినికేతన్, పశ్చిమ బెంగాలు.

అసోసియేషన్: సభ్యులు, సెంట్రల్ అడ్వైజరీ బోర్డు, అధికారిక భాష, పర్యాటక మంత్రిత్వ శాఖ, భారత ప్రభుత్వం 1999.

గుర్తింపు పొందిన పరిశోధనా పత్రికలలోప్రచురణలు: 50.

జాతీయ సదస్సులు /సమర్పించిన పత్రాలు- 65.

సుదీర్ఘ ఉపన్యాసాలు – 20

1. హిందీ విభాగం, విశ్వభారతి, శాంతినికేతన్, పశ్చిమ బెంగాల్.
2. అలహాబాద్ విశ్వవిద్యాలయం, అలహాబాద్, ఉత్తర ప్రదేశ్.
3. బెంగళూరు విశ్వవిద్యాలయం, బెంగళూరు, కర్ణాటక.
4. బాబా సాహెబ్ అంబేద్కర్ మరాఠ్వాడా విశ్వవిద్యాలయం, ఔరంగాబాద్, మహారాష్ట్ర.
5. మౌలానా ఆజాద్ జాతీయ ఉర్దూ విశ్వవిద్యాలయం, హైదరాబాద్.
6. యూనివర్సిటీ ఆఫ్ హైదరాబాద్, గచ్చిబౌలి, హైదరాబాద్.
7. సెంట్రల్ ఇన్స్టిట్యూట్ ఆఫ్ హిందీ, హైదరాబాద్.
8. P.G.S పరిశోధనా సంస్థ, D.B.H.సభ, హైదరాబాద్.
9. ప్రసంగ తరంగిణి, రాజమండ్రి, తూర్పు గోదావరి జిల్లా.
10. భారతీయ విశ్వవిద్యాలయాలలో సుధీర్ఘ ఉపన్యాసాలు.

జాతీయ సదస్సులు (నిర్వహించినవి)

ఎ. 1) స్వతంత్రతా పూర్వ భారత్ మే మహిళా లేఖన్ ఔర్ మహాదేవి వర్మ కా సాహిత్య. 8-9 ఫిబ్రవరి-2007

2) ప్రేమ్‌చంద్ కా కథా సాహిత్య- వర్తమాన్ సందర్భ, 27-28 జనవరి 2006, డైరెక్టర్ & హెడ్, హిందీ విభాగం, ఉస్మానియా విశ్వవిద్యాలయం, హైదరాబాద్.

3) రాష్ట్రీయ కావ్యధార: సుభద్రా కుమారీ చౌహా◌ాన్ కా కావ్య -కన్వీనర్, హిందీ విభాగం, ఉస్మానియా విశ్వవిద్యాలయం, హైదరాబాద్. -5 జనవరి , 2005

4)తులనాత్మక అధ్యయన్ – ప్రాసంగికత, సభ్యులు, ఆర్గనైజింగ్ కమిటీ, హిందీ విభాగం, మార్చి 1999. ఉస్మానియా విశ్వవిద్యాలయం

5) **సమకలీన సాహిత్యం, -హిందీ - తెలుగు -** సభ్యులు, ఆర్గనైజింగ్ కమిటీ, హిందీ విభాగం, ఉస్మానియా విశ్వవిద్యాలయం. నవంబర్- 1997.

బి. 1) అకడమిక్ స్టాఫ్ కాలేజ్, ఉస్మానియా యూనివర్సిటీ, హైదరాబాదు, రిఫ్రెషర్ కోర్సు, కన్వీనర్ & హెడ్ - సెప్టెంబర్ 2005.

2) రిసోర్స్ పర్సన్ : ప్రధాన భారతీయ విశ్వవిద్యాలయాలలో ప్రసంగాలు .

పర్యవేక్షణలో డాక్టరేలట్ డిగ్రీలు

ఎ. 1). పన్నెండు మంది అభ్యర్థులకు పీ-హెచ్.డీ.

2) ఐదుగురు అభ్యర్థులకు ఎం. ఫిల్.

బి. భారతీయ విశ్వవిద్యాలయాలలో పరీక్షకులు

ప్రాయోజిత పరిశోధన ప్రాజెక్ట్‌లు పూర్తయినవి

1. "ఆధునిక్ నాటక్ - వివిధ ఆయామ్ (1901-1950) (హిందీ ఔర్ తెలుగు నాటక్ కే సందర్భ మే) మేజర్ ప్రాజెక్ట్ U.G.C. న్యూఢిల్లీ, 1997-2000 ప్రచురించబడింది.
2. స్త్రీ- విమర్శ్-భారతీయ నవజాగరన్ (హిందీ ఔర్ తెలుగు సాహిత్యం కే సందర్భ మే - - మేజర్ ప్రాజెక్ట్ ,UGC -2008 -2011 ప్రచురించబడింది.

నిర్వహించబడిన పదవులు

1. హెడ్, డిపార్ట్‌మెంట్ ఆఫ్ హిందీ, ఉస్మానియా యూనివర్సిటీ, హైదరాబాద్.
2. ఛైర్‌పర్సన్, బోర్డ్ ఆఫ్ స్టడీస్ హిందీ, O.U., హైదరాబాద్.
3. ఛైర్‌పర్సన్, బోర్డ్ ఆఫ్ స్టడీస్ ఓరియంటల్ లాంగ్వేజెస్, ఉ. వి, హైదరాబాద్.
4. సెక్రటరీ, తులసీ భవన్, భక్తి-సాహిత్య పరిశోధనా సంస్థ, ఉ. వి, హైదరాబాద్.
5. వైస్ ప్రెసిడెంట్, తులసీ భవన్, భక్తి-సాహిత్య పరిశోధనా సంస్థ, ఉ. వి, హైదరాబాద్.

6) హిందీ సలాహకార్ -కేంద్రీయ పర్యాటక మంత్రిత్వ శాఖ, న్యూ ఢిల్లీ

డా.మాణిక్యాంబ "మణి" ముఖ్య ప్రచురణలు

విమర్శ:

1. మహాదేవి కే కావ్య మే బింబ్ - విధాన్

1వ ప్రచురణ- 1985, 2వ ప్రచురణ- 2008 అన్నపూర్ణ ప్రకాశన్, కాన్పూర్, ఉ.ప్ర

2. కన్యా శుల్కం (తెలుగు నాటకం) కీ ప్రాసంగికతా, సౌరభ్ ప్రకాశన్, హైదరాబాదు.

3. యుగ నిర్మాతా సాహిత్యకార్, చిలకమర్తి లక్ష్మీ నరసింహం, సాహిత్య అకాడమీ, న్యూఢిల్లీ.

4. ఆధునిక్ హిందీ ఔర్ తెలుగు నాటక్ - వివిధ్ ఆయామ్ - సౌరభ్ ప్రకాషన్, హైదరాబాదు, 2008.

5) ప్రేమ్‌చంద్ (సెమినార్ పేపర్స్) ఎడిటర్, హిందీ విభాగం, ఉస్మానియా యూనివర్సిటీ, హైదరాబాదు- 2007.

6) స్త్రీ విమర్శ్ - భారతీయ నవజాగరన్, (హిందీ- తెలుగు -తులనాత్మక అధ్యయనం –) 2013, లోక్ - సంస్కృతి ప్రకాశన్, దరియా గంజ్, న్యూఢిల్లీ.

7) స్త్రీవాద్ ఔర్ వోల్గా కా సాహిత్య్ - 2014 , 2వ ఎడిషన్ 2017, అన్నపూర్ణ ప్రకాశన్, కాన్పూర్.

8) దక్షిణ్ కా వైష్ణవ్ భక్తి సాహిత్య - భక్త కవి అన్నమాచార్య —— కస్తూరి విజయం-అమెజోన్

తెలుగు నుండి హిందీకి అనువాదాలు:

1) జల గీత్ (కవిత్వం), 2005 & 2వ ప్రచురణ 2008, ప్రకాశన్ సంస్థాన్, న్యూఢిల్లీ.

2) కఠయోగ (గద్యం), (కఠోపనిషత్ - యోగ - వివరణ) 2005- సనాతన ధర్మ ప్రచార సమితి, హైదరాబాదు.

3) యశోద నంద గేహిని, సౌరభ్ ప్రకాశన్, హైదరాబాదు.

4) భూమిక - సి. నారాయణ రెడ్డి (మూలం) సౌరభ్ ప్రకాశన్ , హైదరాబాద్

హిందీ - తెలుగు -అనువాదాలు:

1) నీలే ఘోడే పర్ సవార్, నరేంద్ర మోహన్ కవిత్వం -2010, సౌరభ్ ప్రకాషన్, హైదరాబాదు.

2) వివిధ పత్రికల కోసం పద్యాలు & కథలు, భారతీయ జ్ఞానపీఠ్, భాషా, సాంకల్య, సాహిత్య-సేతు, సమకాలీన భారతీయ సాహిత్య (సాహిత్య అకాడమీ)

సహ-అనువాదం:

3) కవితా మేరీ సాంస్, జ్ఞానపీఠ్ అవార్డు గ్రహీత కవితల సంకలనం, సి. నారాయణ రెడ్డి.

4) జ్ఞానపీఠ్ ప్రకాశన్, న్యూఢిల్లీ, ఉన్ ఆంఖోన్ కి కథ (కథా సంకలనం)

5) జ్ఞానపీఠ్ ప్రకాశన్, న్యూఢిల్లీ.

6) సామాజిక క్రాంతి కే దస్తవేజ్ – (40 పేజీలు), వాణీ ప్రకాశన్, న్యూఢిల్లీ.

7) తెలుగు కావ్య మే దళిత దస్తక్ —— నవ్-లేఖన్ ప్రకాశన్, హజారీ బాగ్.

8) గరజతే ఆంసూ సి.నా. రె– కవిత్వం, మిలింద్ ప్రకాశన్, హైదరాబాదు.

9) గోపి కీ కవిత, మహతి ప్రకాశన్, హైదరాబాదు.

10) సమకాలీన్ కవితా బదల్తే పరివేశ్, గోల్కొండ దర్పణ్ ప్రకాశన్, హైదరాబాదు.

11) అనుశీలన్ -మహాదేవి ప్రత్యేక సంచిక, హిందీ విభాగం - సి. ఎస్. టి విశ్వవిద్యాలయం, కొచ్చిన్.

12) అధునిక్ హిందీ కావ్య మే నారీ పరికల్పన, సైంట్ పయస్ పి. జి మహిళా కళశాల, హైదరాబాదు.

13) వైశ్వికరన్ ఔర్ అనువాద్, - మిలింద్ ప్రకాశన్, హైదరాబాదు.

ఇటీవలి ప్రచురణలు:

1) జీవ్ కీ ఇచ్చా (కథ) జ్ఞాన పీఠ్ అవార్డు గ్రహీత విశ్వనాథ్ సత్యనారాయణ (అనువాదం) ప్రచురణ - 182 నవంబర్ - డిసెంబర్ 2015, సమకాలీన్ భారతీయ సాహిత్య, సాహిత్య అకాడమీ, న్యూఢిల్లీ.

2) రావూరి భరద్వాజ్ (జ్ఞాన పీఠ్ అవార్డు గ్రహీత) వ్యక్తిత్వ్ ఔర్ రచన - ధర్మిత 28-33, సాహిత్య సేతు, ఆంధ్ర ప్రదేశ్ హిందీ అకాడమీ, హైదరాబాదు.

3) స్వతంత్రా పూర్వ మహిళ - పత్రకారితా (హిందీ- తెలుగు సాహిత్యం) -74-84 సమన్వయ దక్షిణ్ - అక్టోబర్ - డిసెంబర్, 2016 కేంద్రీయ హిందీ సంస్థాన్, హైదరాబాదు.

4) తెలుగు కా పురాణం – సాహిత్య, -59- 66, - సమన్వయ-దక్షిణ్ - ఏప్రిల్-సెప్టెంబర్ - 2017.

5) కన్యాశుల్క ఏవం గురజాడ అప్పారావు, -39-51, సమన్వయ-దక్షిణ్ జనవరి – మార్చి 2018, కేంద్రీయ హిందీ సంస్థాన్, హైదరాబాదు.

6) పద - సాహిత్యం ఔర్ తెలుగు కే భక్త కవి, - 77-82 సాహిత్య – సేతు, ఏప్రిల్-జూన్ 2018, ఆంధ్రప్రదేశ్ హిందీ అకాడమీ, హైదరాబాదు.

ఇటీవలి అవార్డులు:

1. సౌహార్ద్ర పురస్కార్ - 2017, ఉత్తర ప్రదేశ్ హిందీ సంస్థాన్, లక్నో, యు. పి..
2. గంగా శరణ్ సింగ్ అవార్డు - 2016, కేంద్రీయ హిందీ సంస్థాన్, ఆగ్రా, ఉత్తరప్రదేశ్.
3. ప్రతిభా పురస్కారం – 2013, సనాతన ధర్మ ప్రచార సమితి, భీమిలి, ఆ. ప్ర
4. భీంసేన్ నిర్మల్ స్మృతి పురస్కారం - 2012, హైదరాబాదు.

చిరునామా:

డా.పి. మాణిక్యాంబ "మణి",

ఎ- 608, అపర్ణ సరోవర్ జెనిత్ నల్లగండ్ల,

శేరి లింగంపల్లి, హైదరాబాదు - 500019.

తెలంగాణ.

E-Mail: manikyamba@gmail.com

KASTURI VIJAYAM

📞 00-91 95150 54998
KASTURIVIJAYAM@GMAIL.COM

SUPPORTS

- PUBLISH YOUR BOOK AS YOUR OWN PUBLISHER.

- PAPERBACK & E-BOOK SELF-PUBLISHING

- SUPPORT PRINT ON-DEMAND.

- YOUR PRINTED BOOKS AVAILABLE AROUND THE WORLD.

- EASY TO MANAGE YOUR BOOK'S LOGISTICS AND TRACK YOUR REPORTING.

www.ingramcontent.com/pod-product-compliance
Lightning Source LLC
LaVergne TN
LVHW032010070526
838202LV00059B/6384
9788197447532